மிஸ்டர் கிச்சா

கிரேஸி மோகன்

பிறந்து, வளர்ந்து, படித்ததெல்லாம் சென்னை என்றாலும், கிரேஸி மோகனின் பூர்வீகம் கும்பகோணம்.

பொறியியல் படித்துவிட்டு, சுந்தரம் க்ளேய்ட்டனில் பத்தாண்டுகள் பணியாற்றி இருந்தாலும், அக்னிக் குஞ்சு மாதிரி மனத்துக்குள் நாடகக் கனவுகள் விடாது சுட்டுக்கொண்டிருந்ததால், வேலையை விட்டுவிட்டு 1985ல் முழுநேர எழுத்தாளர் ஆனார். ஆனந்த விகடன் பத்திரிகையில் ஓரிரு வருடங்கள் உதவி ஆசிரியராகப் பணியாற்றிய அனுபவம், கிரேஸி மோகனுக்கு வெகுஜன ரசனையை மிக நெருக்க மாகப் புரிந்துகொள்ள உதவியிருக்கிறது.

இதுவரை 25 நாடகங்களுக்கும் 35 திரைப்படங்களுக்கும் கதை, வசனம் எழுதியிருக்கிறார். மோகனின் நாடகங்கள் சுமார் பத்தாயிரம் முறை மேடையேறி இருக்கின்றன.

தமிழக அரசின் 'சிறந்த மேடைநாடகக் குழு' விருது, தேவன் நினைவு விருது போன்றவை கிரேஸி மோகனின் எழுத்துக்குக் கிடைத்திருக்கும் கௌரவங்கள்.

மிஸ்டர் கிச்சா

கிரேஸி மோகன்

மிஸ்டர் கிச்சா
Mr. Kicha
Crazy Mohan ©

Second Edition: November 2008
Previous Editions: 2004, 2006
96 Pages

Printed at Repro Knowledgecast Limited, Thane.

ISBN 978-81-8368-062-2
Kizhakku - 63

Kizhakku Pathippagam
177/103, First Floor,
Ambal's Building, Lloyds Road,
Royapettah, Chennai 600 014.
Ph: +91-44-4200-9603

Email : support@nhm.in
Website : www.nhm.in

Illustration: Saran

Kizhakku Pathippagam is an imprint of New Horizon Media Private Limited.

சொல்–1

சுஜாதா

தமிழர்களைச் சிரிக்க வைப்பது என்பது ஒரு நுண்கலை. சாலை மறியல்களையும் அரசியல் கூட்டங்களையும் மழைப் பற்றாக் குறையையும் மெகா சீரியல்களையும் பார்த்து நொந்து போயிருக்கும் ஜனங்களைச் சிரிக்க வைக்க கிரேஸி மோகன் போன்ற எழுத்தாளர்கள் அரும்பாடு பட்டுக் கொண்டிருக்கிறார்கள்.

சினிமா, தொலைக்காட்சி, நாடகம் என்று எல்லா ஊடகங்களிலும் பிரகாசிக்கிறார். அமிஞ்சிக்கரைக்குப் போவது போல் அமெரிக்காவுக்கு அடிக்கடி சென்று என்.ஆர்.ஐ.க்களையும் சிரிப்பு மூட்டிவிட்டு வருகிறார். சிரிப்பு மூட்டுவதில் இவருடைய அனுபவம் இருபத்தைந்து வருஷங் களுக்கு மேல் இருக்கும். இப்படிப்பட்ட அனுபவஸ்தர் எழுதிய நகைச் சுவைக் கட்டுரைகளில் கிச்சா பல்வேறு அல்லல்கள் படுகிறார். டிஷ் ஆன்டெனாவிலிருந்து ஆஸ்பத்திரி கட்டடம் வரை அவஸ்தை தருகிறது. மிகையான வருணனைகள், சம்பவங்கள் மூலம் தயக்கமில்லாமல் சிரித்தே ஆக வேண்டும், இல்லாவிட்டால் பார்! என்று சவால் விடும் கட்டுரைகளின் தொகுப்பு.

தேவன், எஸ்.வி.வி., கல்கி காலங்களில் மென்மையாக இருந்த நகைச்சுவை எழுத்து, காலப்போக்கில் மிகை கலாசாரத்தின், விளம்பர யுகத்தின் தாக்கு தலால் எதையுமே இரண்டிலிருந்து பத்து மடங்காக்கி சொன்னால்தான் சிரிக்கிறார்கள் என்பதுதான் உண்மை. அதற்கு ஏற்ப கிரேஸி மோகனின் கட்டுரை நாயகனான கிச்சாவும் எச்சுமிப் பாட்டியும் மிகையான பல காரியங்கள் செய்கிறார்கள். வேர்ல்ட் கப்பில் இந்தியாவுக்குக் கூட ஆடுகிறார்கள்!

இவற்றைப் படித்துவிட்டு உங்களுக்கு சிரிப்பு வரவில்லை என்றால் போன ஜென்மத்தில் உங்களை ஒரு மூன்றெழுத்து வார்த்தையால்தான் வகைப்படுத்த முடியும்.

கிரேஸி மோகனின் சிரிப்புப் பயணம் தொடர வாழ்த்துகள்.

சொல்-2

இயக்குநர் சரண்

பாஸந்தி, குலோப் ஜாமூன், திரட்டுப் பால், ஜாங்கிரி, முந்திரி கேக், மைசூர் பாகு, பாதாம் ஹல்வா, கிரேஸி மோகன் என்று இனிப்பு லிஸ்டில் இடம் பெறும் அளவுக்குத் திகட்டாமல் தித்திக்கும் மனிதர் கிரேஸி மோகன்!

சீரியஸான சிரிப்பாளி! சிரிப்புக்கு உழைப்பாளி! நகைச்சுவை இலக்கியத்தில் இன்றைய தேவன்! ஹார்லிக்ஸ் மாதிரி வீட்டில் புழங்கும் ஹாஸ்யலிக்ஸ் பெயர் இவருடையது!

சினிமா இயக்குநரான எனக்கு சில பின்புலங்கள் உண்டு. பின்புலம் என்ன?

பின்பலம்!

அவை ஆனந்த விகடன் கார்ட்டூனிஸ்ட், கே. பாலசந்தர் சிஷ்யன் என்று நீளும் தகுதிகள்!

எழுத்துக்கு சுஜாதா, கார்ட்டூனுக்கு மதன், இயக்கத்துக்கு கமல்ஹாசன் என்று மானசீக குருக்களுக்கும் பஞ்சமில்லை. இத்தனை விஷயங்களையும் கோக்கும் நூல் ஒன்று என்னிடம் உண்டு. அது கிரேஸி மோகன். நன்றி கமல் சாருக்கு.

என் சிறுவயது ஞாபகங்களில் அப்புசாமி கதைகளை லைப்ரரியில் படித்து உரக்கச் சிரித்து வெளியேற்றப்பட்ட சம்பவங்கள் எனது நகைச்சுவை உணர்வுக்குச் சான்றாக உணரப்பட்டாலும், அதற்குப் பின் ஆளுமையோடு என்னை சிரிக்க வைத்தவை கிரேஸியின் கதைகளும் கட்டுரைகளும்.

அப்போது என் உதவி இயக்குநர் பணிகளுக்கிடையே வாக்-இன் கார்ட்டூனி ஸ்டாக ஆனந்த விகடனில் இருந்ததால் எனக்குப் பல தூங்கா இரவுகள் கிடைத்தன.

காரணம் கிரேஸியின் கிச்சா சீரிஸ்!

இப்புத்தகத்துக்கான முகப்போவியத்துக்காக மீண்டும் நீண்ட நாள்களுக்குப் பிறகு தூரிகை தொட்டேன். அந்தத் தூங்கா இரவு மீண்டும் விடிந்தது.

ஆனந்த விகடன் ஆசிரியர் பாலசுப்ரமணியன், மதன், வீயெஸ்வி ஆகியோர் மேற்பார்வையில் திரும்பப் பணியாற்றிய திருப்தி!

நன்றி! அவர்களுக்கும், வாழ்த்துகள் கிரேஸிமோகனுக்கும், கிழக்கு பதிப்பகத்துக்கும்!

ஆச்சரியங்கள் எப்போதும் மிச்சமிருக்கின்றன. கதைகளுக்குள் போங்கள்!

சமர்ப்பணம்

அக்பர் என்றால் நம் ஞாபகத்துக்கு வருபவர் பீர்பால். கிருஷ்ணதேவராயர் என்றால் தெனாலிராமன். அதுபோல், எனக்கு கிச்சா. இது கற்பனைப் பாத்திரம் அல்ல. என் நிழலைவிட எனக்கு நெருக்கமான எனது நண்பன்.

நாடகம், சினிமா, பத்திரிகை எழுத்து என்று எல்லாகன்னி முயற்சிகளுக்கும் என்னை உசுப்பேற்றிய காளை. ஐடியா கொடுக்கும்போது கிச்சா கலகம் செய்வதுபோல் மற்ற நண்பர்களுக்குத் தென்படும். ஆனால், கிச்சாவின் கலகம் காமெடியாகத்தான் முடியும்.

மிஸ்டர் கிச்சா கட்டுரைகளை இந்த மிஸ்சுவஸ் கிச்சாவுக்கு சமர்ப்பிக்கிறேன்.

நான் ஆனந்தவிகடனில் வேலை பார்த்தபோது, அங்கு ஒருவர் தன்னை கவிதாலயாவில் 'டிராப்' செய்யுமாறு கேட்டுக்கொண்டார். ஸ்கூட்டரில் அழைத்துப் போனேன்.

போட்டது முளைக்கும் என்று சொல்வார்கள். அன்று நான் செய்த அந்தச் சிறு உதவிக்கு அவர் செய்த பிரதி உதவிகள் அதிகம். போட்டது தோட்டமாகிவிட்டது. நான் 'டிராப்' செய்த அவர் இன்று என்னை 'டிராப்' செய்யாமல் தன் படங்களுக்கு எழுத வைத்துக்கொண்டிருக்கிறார். அவர், அன்றைய ஓவியர் - இன்றைய இயக்குநர் - என்றும் என் நண்பர், சரண்.

கிச்சா வெளியானபோது வாரம்தோறும் தமது அழகான சித்திரங்களால் உயிரூட்டியவர், இப்போது இந்நூலுக்கு அழகிய முகப்போவியமும் வரைந்து தந்திருக்கிறார். சரணுக்கு நன்றி.

இப்போது கிச்சா - பெயர்க்காரணத்தைச் சொல்லி விடுகிறேன்.

என் தாத்தா வேங்கடகிருஷ்ண ஐயங்கார். சுருக்கமாக கிருஷ்ணன். நெருக்கமாக கிச்சா. இவர் மட்டும் எனக்குத் தாத்தாவாக இருந்திருக்கா விட்டால் நானும் இன்று சராசரியாக ஆபீஸ் சென்றுவிட்டு சாயங்காலம் அப்பளம் சாப்பிட்டப்படி மெகா சீரியல்களுக்கு அழுதுகொண்டிருப்பேன். நான் வீட்டு சுவரில் பென்சிலால் டிராயிங் கிறுக்கியபோது சுவர் பாழாகிறதே என்று தடுக்காமல், மாறாக வெறியூட்டி, நான் வீட்டையே அஜந்தா, எல்லோராவாக மாற்ற அனுமதி அளித்தவர். குடிசைத் தொழிலாக என்னுள் இருந்த ரவிவர்மாத்தனத்தை கொழுந்துவிட்டு எரியச்செய்தவர். நான் கவிதை எழுதினால் காளிதாசன் ஜாடை என்பார். என் கதைகளைப்

படித்துவிட்டு உனக்கு வியாசரின் லாகவம் இருக்
கிறது என்று உயர்வு நவிர்ச்சி அணியில் உற்சாகப்
படுத்துவார். அழுகையே பிடிக்காத அந்த பால்ய
சிநேகிதனின் ஞாபகமாக வைத்தபெயர் கிச்சா.

பாட்டி செண்பகலட்சுமி. சுருக்கமாக லஷ்மி.
நெருக்கமாக எச்சுமிப் பாட்டி. இக்கட்டுரைகளின்
கதாநாயக நாயகிகளின் பெயர்க்காரணம் இதுதான்.

நான் கும்பிடும் சாமி, தினமும் நான் தொழுகை
யாகப் படிக்கும் பாக்கியம் ராமசாமி. இவரது
அப்புசாமி, சீதாப்பாட்டிக் கதைகள், சுஜாதாவின் ஸ்ரீரங்கத்து தேவதைகள்
இந்த இரண்டின் கலவை பாதிப்புதான் மிஸ்டர் கிச்சா - எச்சுமிப் பாட்டி.

நான் பார்த்தவரை, எல்லோருக்குள்ளும் கேனத்தனமான, அதே சமயம்
கெட்டிக்காரத்தனமான ஒரு கிச்சா உண்டு. இந்தக் கட்டுரைகளுக்குள் தேடி
உங்களுக்குள் இருக்கும் எதனாலும் பாதிக்கப்படாத, உற்சாகமான
கிச்சாவைக் கண்டுபிடித்துவிட்டீர்களானால், மோட்சம் நிச்சயம்.

அஹம் கிச்சாஸ்மி.

- கிரேஸி மோகன்

உள்ளே

வியாதிகள் இல்லையடி பாப்பா!

எனக்குத் தெரிந்து எந்தவிதப் போட்டியும் இல்லாமல் பிரமிக்க வைக்கும் கின்னஸ் உலகத்தின் உச்சாணிக் கொம்பில் உட்காரும் தகுதி எனது நண்பனும் இந்தக் கதையின் நாயகனுமாகிய 'கிச்சா' ஒருவனுக்குத்தான் உண்டு.

நண்பர்களால் 'கிச்சா' என்று செல்லமாக சுருக்கமாக அழைக்கப்படும் 'வேங்கட ரமண வராக சீனிவாச வைத்தியநாத' என்று ஆரம்பித்து ரொம்ப நேரம் கழித்து 'கோவிந்த முகுந்த கோபாலகிருஷ்ணன்' என்று ஒருவழியாக முடியும் முழுப்பெயர் கொண்ட (இந்த மூச்சு முட்டும் முழுப் பெயருக்காக 'கிச்சா' மீண்டும் ஒரு தடவை 'பிரமிக்க வைக்கும் கி.உ.'வில் இடம் பெறலாம்...) இவனது கின்னஸ் சாதனை என்ன என்று கேட்பவர்களுக்கு, இதோ கிச்சாவின் கி.உ. சாதனை...

நாற்பது வயதாகும் கிச்சா, மருந்துக்குக்கூட (!) டாக்டரைப் பார்த்தது கிடையாது. அடைமழைக்குக்கூட ஆஸ்பத்திரியில் ஒதுங்கியது கிடையாது. கிச்சாவின் அகராதியில் மருந்து என்றால் சிவகாசி வெடிமருந்து ஒன்றுதான். அதேபோல் கிச்சாவுக்குத் தெரிந்த ஒரே மாத்திரை தீபாவளிக்குக் குழந்தைகள் கொளுத்தும் பாம்பு மாத்திரை! கிச்சாவிடம் யாராவது 'அல்சர், அப்பென்டி சைடிஸ், டயாபடிஸ், டான்ஸில்ஸ்' என்றால், சிறிது நேரம் பேந்தப் பேந்த விழித்துவிட்டு பிறகு சுதாரித்துக் கொண்டு 'எனக்கும் திருப்பி கெட்ட வார்த்தைல திட்டத் தெரியாதா?' என்று கேட்டுவிட்டு சகட்டுமேனிக்குத் திட்ட ஆரம்பிப்பான். இவ்வளவு ஏன், மழை வரும் அளவுக்குத் தலைக்கு மேல் புகை மண்டலம் உருவாக்கும் கிச்சாவின் அசுரத்தனமான சிகரெட் பிடிக்கும் கெட்ட பழக்கத்தை நிறுத்த நினைத்த அவனது ஆபீஸ் நண்பர், அவனுக்கு வண்டி வண்டியாக உபதேசித்து விட்டு முடிவில் நாக்கில் சனியாக 'சிகரெட் புடிச்சா கான்ஸர் வரும்' என்று எச்சரிக்க, கிச்சா அவர் சொக்காயைக் கொத்தாகப் பிடித்து 'முண்டம்... சிகரெட் புடிச்சா புகைதான்டா வரும். நீ கான்ஸரோ என்னவோ ஒரு எழவு வரும்கறியே. சிகரெட் புடிச்சா எது வரும்ணுகூடச் சரியா சொல்லத் துப்பில்ல. நீயெல்லாம்

உபதேசம் பண்ண வந்துட்டே...' என்று உலுக்கியபடி கேட்க, அவர் ஓட்டமாக ஓடிவிட்டார்.

என்னவோ பத்மஸ்ரீ, பத்மபூஷண் பட்டம் கிடைத்தது போல பிளட் பிரஷர், கொலஸ்ட்ரால், ஷுகர், ஸ்பாண்டிலைடிஸ் என்று கிடைத்த வியாதியின் பெயர்களைப் பெருமையாக தெருத்தெருவாகப் பீத்திக் கொள்வதை நாமெல்லாம் 'நாற்பது வயது நாகரிகமாக' கருதும் இந்த நூற்றாண்டில், இந்த நாகரிகம் ஏதும் அறியாத கிச்சா எப்போதும் நையாண்டிக்கு ஆளாகும் ஓர் அப்பாவி காட்டுமிராண்டி! எது எப்படியோ, கிச்சாவின் இந்த அறியாமை தான் அவனது இன்றைய ஆரோக்கியம். கிச்சாவின் இந்த அறியாமை தந்த ஆரோக்கிய வாழ்வுதனைக் காத்திடும் லைஃப்பாய், இவனது தந்தைவழிப் பாட்டியான எண்பது வயது 'எச்சுமிப் பாட்டி'!

நமக்குத் தலைவலி வந்தால் உடனே, இதற்குக் காரணம் கண்ணில் கோளாறா? கான்ஸ்டிபேஷனா? இல்லை, கபாலத்தின் உள்ளே கொப்பளமா என்று, வந்த தலைவலி திருகுவலியாக விஸ்வரூபம் எடுக்கும்வரை விதவிதமாக யோசித்து அல்லாடுவோம். காரணங்கள் கேட்டுக் குழப்பிக் கொள்ளத் தெரியாத காட்டு மிராண்டி கிச்சா, தனது தலைவலியை ரசீது போட்டு எச்சுமிப் பாட்டியிடம் ஒப்படைத்துவிட்டு அவளது அதிரடி வைத்தியத்துக்கு ஆயத்தமாவான்.

வஜ்ஜிரம், கோந்து, கண்ணாடிச் சில்லு, பாட்டரி என்று கண்டதையெல்லாம் போட்டு காத்தாடிக் கயிறுக்கு மாஞ்சா தயாரிப்பது போல, எச்சுமிப் பாட்டி கையில் கிடைத்த மளிகைச் சாமானை எல்லாம் போட்டு சட்டி நிறைய ஒரு பஞ்சவர்ணக் களிம்பைத் தயாரித்து, அதைக் கிச்சாவின் முகத்தில் சுவாசிக்க மட்டும் இடம் விட்டு, கதகளி மேக்கப் போல போட்டுவிடுவாள். சரியாக ஒரு மணி நேரத்தில் கிச்சாவின் தலைவலி குணமானது என்பதைவிட, அதற்கு மேல் அந்தக் கண்றாவிக் களிம்பின் 'கப்பு' தாங்க முடியாமல் கிச்சாவை விட்டு தலைவலி இறங்கி எச்சுமிப் பாட்டிக்குத் தெரியாமல் எகிறிக் குதித்து ஓடிவிடும் என்றுதான் சொல்ல வேண்டும்.

வரும் முன் காக்கும் வைத்திய சிகாமணியான எச்சுமிப் பாட்டி வைகாசி, ஆனி மாதங்களில் கிட்டத்தட்ட ரெண்டு மூட்டை வெந்தயத்தை சுமார் நானூறு, ஐந்நூறு லிட்டர் மோரில் கலந்து கிச்சாவுக்கு 'சலைன் வாட்டர்' போல ஏற்றிக்கொண்டே இருப்பாள். அம்மி போல வெயிட்டான ஆரோக் கியசாலிகளே ஆடி மாசக் காலராவில் பாத்ரூமுக்குப் பறந்து கொண்டிருக்க... கிச்சா மட்டும் வெந்தய மோர் தந்த கான்ஸ்டிபேஷனில் மாதக் கடைசி வரை மப்பும் மந்தாரமுமாக இருப்பான்.

தமிழ்நாட்டில் ஒரு பயலையும் விட்டு வைக்காமல் அழிச்சாட்டியமாகத் தாக்கும் மெட்ராஸ்-ஐ போன்ற தீவிரவியாதிகளிடமிருந்து தன் பேரனைக் காப்பாற்ற எச்சுமிப் பாட்டி, வியாதிக்கு-வியாதி என்ற ஒரு டெக்னிக்கைக் கையாள்வாள்.

பெரிய பெரிய டாக்டர்களையே திடீர்த் தாக்குதலால் அதிர்ச்சிக்கு உள்ளாக்கும் இந்தத் தொத்து வியாதிகள், எச்சுமிப் பாட்டிக்கு மட்டும் தாம் வருவதற்குப்

பத்து நாள்கள் முன்பாகவே, 'அரைவிங் ஷார்ட்லி' என்று அசட்டுத்தனமாக அவசரத் தந்தி அடித்துவிட்டுத்தான் வரும். மெட்ராஸ்-ஐ வருவதற்குப் பத்து நாள்கள் முன்பாக பாட்டிக்கு மூக்கிலும் பேரனுக்குக் கண்ணிலும் வேர்க்க ஆரம்பித்துவிடும். பாட்டியும் அவசர அவசரமாக ஓரிரு இலைகளைத் தனக்கு மட்டும் தெரிந்த ஃபார்முலாவில் கசக்கிப் பிழிந்து, அதிலிருந்து வரும் வறுமையின் நிறத்தைவிடக் காட்டமான சிவப்புக் கலர் சாற்றைக் கிச்சாவின் கண்களில் ஊற்றுவாள். இதனால் சிவந்த கிச்சாவின் போலி மெட்ராஸ்-ஐ -யைப் பார்த்துவிட்டு ஒரிஜினல் ஐ.எஸ்.ஐ. முத்திரை கொண்ட மெட்ராஸ்-ஐ சற்று நேரம் குழம்பிவிட்டு 'ஏன் வம்பு' என்ற பாவத்தில் அடுத்த வீட்டுக் கண்களுக்கு ஓடிவிடும்.

இவ்வளவு ஏன்... சென்ற வருடம் ஒரு நாள் பாத்ரூமில் வழுக்கி விழுந்த எச்சுமிப் பாட்டியைக் காப்பாற்றப் போன கிச்சா, கால் தடுக்கி கீழே விழ அவனது வலது கை, ஜனகர் வில் போல உடைந்தது. காலனிவாசிகள் அனைவரும்கூடி கிச்சா நலன் கருதி எலும்பு முறிவுக் கட்டுப் போட்டுக் கொள்ள ஆஸ்பத்திரிக்குப் போகுமாறு கெஞ்சியும் அவன் கேட்கவில்லை. பாட்டி, அன்று இட்லிக்காக அரைத்த மாவை கிச்சாவின் வலது கையில் போட்டுப் பூசி, மல்லிகைப்பூ கிளையை ஒடித்து சப்போர்ட்டாக வைத்துக் கட்டி பதியன் போட்டாள். எச்சுமிப் பாட்டியின் கைராசியால் சரியாக ஒரு மாதத்தில் கிச்சாவின் உடைந்த வலதுகை எலும்பு சேர்ந்து ஒழுங்கானது. அதேசமயம் கட்டுப் போடப் பயன்படுத்தப்பட்ட மல்லிகைப்பூ கிளையின் செடி துளிர் விட்டு வளர்ந்து, கிச்சாவையே மூடும் அளவுக்கு மல்லிகைப்பூ பந்தலாக மாறியது. மணக்க மணக்க குணமானான் கிச்சா.

இப்படியாக... சர்வரோக நிவாரணி எச்சுமிப் பாட்டியிடம் தன்னைப் பரிபூரண சரணாகதி செய்து கொண்டதால், கிச்சா தனக்கு நாளொரு நோய் வந்தாலும் பாட்டியின் பொழுதொரு வைத்தியத்தால் பரம சௌக்கியமாக இருந்து வந்தான். பத்தாத குறைக்கு நோயற்ற வாழ்வில் இருந்த கிச்சா, டாக்டர் - பில் இல்லாத குறைவற்ற செல்வத்தால் நம்மைவிட வசதியாக வேறு வளர்ந்தான். 'எதையும் தீர்ப்பாள் எச்சுமிப் பாட்டி' என்ற நம்பிக்கையால், கூவத்தில் மூழ்கி மூழ்கிக் குளிக்கும் அளவுக்கு கிச்சா மனோதிடமும் 'தில்'லும் பெற்றிருந்தான்!

எந்த மெட்ராஸ்-ஐ வியாதிக்காரன் கண் பட்டதோ தெரியவில்லை... 'டேப்லெட்டும் - சைட் எஃபெக்ட்ஸூம்' போல் சேர்ந்திருந்த பாட்டியும் பேரனும் பிரிந்தார்கள். காசி, கயா, பத்ரிநாத், ரிஷிகேஷ் என்றுதான் வருவதாக வேண்டிக் கொண்டிருந்த புனித யாத்திரையைப் பூர்த்தி செய்ய காலனியில் உள்ள மிச்ச மீதி பாட்டிகளோடு எச்சுமிப் பாட்டி புறப்பட்டுப் போனாள்.

அதற்கு ஒரு வாரம் கழித்து ஆபீஸுக்குக்கூட கிச்சா வராததைக் கேள்விப் பட்டு அவனைப் பார்க்க அடித்துப் பிடித்துக்கொண்டு அவன் வீட்டுக்குப் போனேன்.

நான் வீட்டுக்குள் நுழையும்போது, கிச்சா இடுப்பில் ஈர டவலோடு பாத்ரூமிலிருந்து உரலை இழுக்கும் கிருஷ்ணர்போல தவழ்ந்து வந்து

கொண்டிருந்ததைப் பார்த்துத் திகைத்தேன். பாத்ரூமில் 'ஒற்றைக் கண்' சிவராசனைப் பார்த்து போல் அவன் முகத்தில் அப்படி ஒரு பீதி...!

என்னைப் பார்த்தபிறகும் கிச்சா முகத்தில் பீதி அகன்றபாடில்லை. வேகமாகத் தவழ்ந்து வந்து தூணைப் பிடித்து எழுந்து நின்று, 'நல்ல சமயத்துக்கு வந்தேடா... பாட்டி ஊருக்குப் போனதுல எனக்குப் பாதி பலம் போயிடுத்து... நாலு நாளா எழுந்து நின்னா தலை ரங்கராட்டினம் கணக்கா சுத்தறது... பல் தேக்கறதுலேர்ந்து குளிக்கறது வரை எல்லாக் காரியத்தையும் தவழ்ந்து போய் படுத்தவாறே பண்ண வேண்டியிருக்கு... அந்த அளவுக்கு அசுரத்தனமா தலை சுத்தறது... பாட்டி வேற ஊர்ல இல்லை... பயமாயிருக்குடா...' என்று கூறிவிட்டுத் தேம்பி தேம்பி அழுதான்.

'தோ பார் கிச்சா... பாட்டி வர்றதுக்கு நாலு மாசம் ஆகும்... அது வரை வெயிட் பண்ணா உன் தலை இப்ப சுத்தற வேகத்துக்குக் கழுத்தை விட்டுக் கழண்டு கீழே தரைல விழுந்து உருண்டு போனாலும் ஆச்சரியப்படறதுக்கில்லை... வா... நல்ல டாக்டரா போய் பார்ப்போம்' என்று கிச்சாவைப் பயமுறுத்தி ஒரு ரிக்ஷாவில் தவழல் ஆசனத்தில் வைத்து எனக்குத் தெரிந்த டாக்டர் தர்மராஜன் நர்ஸிங் ஹோமுக்கு அழைத்துச் சென்றேன்.

வாழ்க்கையிலேயே முதல் முறையாக ஒரு டாக்டரைப் பார்க்கப் போகும் பயத்தாலும், ஏற்கெனவே தலைச் சுற்றலுக்குப் பயந்து தவழ்ந்தவாறும் டாக்டர் தர்மராஜன் நர்ஸிங் ஹோமுக்குள் நுழைந்த கிச்சா, பார்ப்பதற்குப் பலி ஆடு போலக் காட்சியளித்தான்.

கிச்சாவிடம் தெர்மாமீட்டரைக் கொடுத்து வாயில் வைத்துக் கொள்ளும்படி கூறிவிட்டு, கிச்சாவைப் பற்றித் தெரிந்துகொள்ள என்னைப் பக்கத்து அறைக்கு தர்மராஜன் அழைத்துச் சென்றார்.

தெர்மாமீட்டரையே பார்த்திராத கிச்சா, பழநி முருகனுக்கு வேண்டிக் கொண்டு இரு கன்னத்திலும் வேல்குத்திக் கொள்வது போல, டாக்டர் கொடுத்த தெர்மாமீட்டரை அகலவாட்டில் எசக்கேடாக வாய்க்குள் நுழைத்துக் கொண்டு, திரும்பி வந்த எங்களைப் பார்த்து, 'இதற்கு அப்புறம் என்ன செய்வது' என்ற மாதிரி விழித்தான். மேஜர் ஆபரேஷன் செய்யும் லாகவத்தோடு கிச்சா வாயில் இருந்து தெர்மாமீட்டரை டாக்டர் தர்மராஜன் விடுவித்தார்.

பிறகு பிளட் பிரஷர் பார்க்க கிச்சாவின் கையில் ஒரு ரப்பரை இறுக்கமாகச் சுற்றிவிட்டு, கார்ப்பரேஷன் குழாய் அடிப்பது போல ஆட்டோ ஹாரன் போன்ற ரப்பர் பந்தை தர்மராஜன் அழுத்தி 'புஸ்க் புஸ்க்' செய்ய... தேமே என்றிருந்த கிச்சாவின் பிளட் பிரஷர், பயத்தால் தக்காளி விலை போல ஏற ஆரம்பித்தது. தலை சுற்றலுக்கு முதலுதவியாக கிச்சாவின் பிருஷ்ட பாகத்தில் தர்மராஜன் ஓர் ஊசியைப் போட, வலியால் துடித்த கிச்சாவுக்கு தர்மராஜன், எமதர்மராஜனாகக் காட்சியளித்தார்.

டாக்டர் தர்மராஜன், மனுநீதிச் சோழனுக்கு 'அகில இந்திய ரசிகர் மன்றம்' வைத்திருப்பவர் என்பதால், எதையும் தீர விசாரித்துத் தெரிந்து கொள்ளாமல் மருந்து தரமாட்டார். விரலில் நகச்சுத்து என்று போனால்கூட, முதுகுத் தண்டுவடத்தில் 'லம்பர் - பங்க்சர்' செய்து திரவம் எடுத்துப் பார்த்துவிட்டுப் பிறகுதான் விரலில் லாலிபாப் மாதிரி எலுமிச்சம் பழம் வைத்துக் கொள்ளச் சொல்வார். ப்ரெய்ன் ட்யூமர், ஷார்ட் சைட், சைனஸ், த்ரோட் இன்ஃ பெக்ஷன், கொலஸ்ட்ரால், ப்ளட் ஷுகர், யூரின் ஷுகர், அல்சர், ப்ளாடர் ஸ்டோன், கிட்னி ப்ராப்ளம் என்று அடுக்கிக் கொண்டே போன டாக்டர் தர்மராஜன், 'கிச்சா தற்போது கர்ப்பம்' என்பது தவிர, மற்ற எல்லா உபாதை களையும் அவனது தலைச்சுற்றலுக்குக் காரணமாகத் தான் சந்தேகிப்பதாகக் கூறினார். ஏற்கெனவே வியாதிப் பெயர்களைக் கேட்டுக் குறுகியிருந்த கிச்சாவிடம் 'இன்னின்ன வியாதிகளால் மரணம் இன்னின்ன வழிகளில் சம்பவிக்கும்' என்று மேலும் மேலும் விலாவாரியாக தர்மராஜன் கூற, கிச்சா பயத்தில் சுருங்கி ஒடுங்கினான்.

கிச்சா விருப்பப்படி ஒரு ரூபாய் நாணயத்தை 'டாஸ்' போட்டுப் பார்த்ததில் தலை விழுந்ததால், முதலில் கிச்சாவுக்கு ப்ரெய்ன் ஸ்கேன் - இ.இ.ஜி. - செய்வதாக முடிவு செய்யப்பட்டது. கிச்சாவின் கபாலத்தைப் பரிசோதித்த டாக்டர், எக்ஸ்-ரே படத்தோடு வெளியே வந்து, கிச்சாவைப் பார்த்து 'உங்க மூளையைப் பாத்தேன்... சுத்தமா ஒண்ணுமே இல்ல...' என்று சிலேடை யாகக் கூற, கிச்சாவுக்கு ஏக திருப்தி!

அடுத்ததாக இ.சி.ஜி. எடுக்க ஏதோ ஒரு கிளினிக்குக்குப் போனோம். அங்கிருந்த டாக்டர், கிச்சாவை அண்டர்வேரோடு மேஜையில் படுக்க வைத்து, ரிஃப்ளெக்ஸ் ஆக்ஷன் பார்ப்பதற்காக ஓர் அலுமினிய உருளையால் அவனது கணுக்கால், பாதம், முட்டி என்று தட்டிப் பார்த்தார். இது தெரியாத கிச்சா அவர் உள்ளே போனதும் என்னைப் பார்த்து, 'எதுக்குடா என்னை அடிக்கறார்? எம்பேர்ல கோபமா...?' என்று பரிதாபமாகக் கேட்டான். நான் பதில் சொல்வதற்குள் புயலாக நுழைந்த டாக்டர், கிச்சாவைப் பார்த்து 'தோ பார் மேன்... ஓடியாடி வேலை செஞ்சகளைப்புக்கு அப்பாலயும் உன் ஹார்ட் நல்லபடியா வேலை செய்யுதான்னு பாக்கணும். அங்க ஒரு ஸ்டூல் இருக்கு. அதுல நீ நாப்பது தடவை ஏறி இறங்கணும். அப்பால இ.சி.ஜி. எடுப் போம். கம்பவுண்டர், இவரை இட்டுகினு போ...' என்று கூற, கிச்சா அண்டர்வேரோடு அடுத்த அறைக்குப் போய் நுரை தப்ப ஸ்டூலில் ஏறி இறங்க ஆரம்பித்தான். நாற்பது தடவை கிச்சாவே எண்ணிக் கொள்வான் என்ற நம்பிக்கையில் கம்பவுண்டர் எண்ணாமல் இருக்க, கம்பவுண்டர் எண்ணுவான் என்று நினைத்ததால் கிச்சா எண்ணாமல் ஏறி இறங்க... கிட்டத்தட்ட நூத்தி நாப்பது தடவை ஏறி இறங்கிய கிச்சா, ஒரு கட்டத்தில் முடியாமல் ஸ்டூலில் இருந்து மயக்கம் போட்டுக் கீழே விழுந்தான். ஆச்சரியம் என்னவென்றால், அந்த அயர்ச்சியிலும் கிச்சாவின் இ.சி.ஜி. நார்மலாக இருந்தது. ஆளை விட்டால் போதும் என்று கிச்சாவும் நானும் வெளியே வர, அப்போதுதான் தெரிந்தது கிச்சா சுழற்றி வைத்த பாண்ட்

ஷர்ட்டைப் போட்டுக்கொள்ள மறந்து அண்டர்வேரோடு தெருவுக்கு வந்த அசம்பாவிதம்.

அடுத்தபடியாக யூரின் டெஸ்ட், ப்ளட் டெஸ்ட் செய்துகொள்ள பிரபலமான லேப் ஒன்றுக்குச் சென்றோம். டாக்டர் தர்மராஜன் தம்மாத்துண்டு ஊசி போட்டதுக்கே ஊரைக் கூட்டிய கிச்சா, டெஸ்டுக்காகக் கையில் ரத்தம் எடுக்கும்போது என்ன லூட்டி அடிக்கப் போகிறானோ என்று பயந்து கொண்டிருந்த என் வயிற்றில் பால் வார்ப்பது போல அட்டகாசமாக ஒரு நர்ஸ் வந்தாள். பார்ப்பதற்கு ஜாடையில் குஷ்பு போல இருந்த நர்ஸைப் பார்த்ததும் முதன்முறையாக கிச்சாவின் தலை போதையில் சுற்றியது. ரத்தம் எடுக்கப்பட்டதுகூட கிச்சாவுக்குத் தெரியாதது ஆச்சரியம்தான்!

'குஷ்பு' நர்ஸ் போனதும் வாட்டசாட்டமாக ஒரு 'குங்ஃபூ' நர்ஸ் வந்து கிச்சாவிடம் யூரின் சாம்பிள் எடுக்க ஒரு குப்பியைத் தந்து பாத்ரூமுக்கு விரட்டினாள். யூரின் சாம்பிள் குப்பியை ஒலிம்பிக் ஜோதி போல பிடித்தபடி பாத்ரூமைவிட்டு வேகமாகக் கிச்சா வர, அப்போது அங்கு, என்னவோ பார்ட்டியில் விஸ்கி கிளாஸோடு அலைபவர் போல திரிந்து கொண்டிருந்த ஒரு பெரியவரும் கையில் யூரின் சாம்பிள் குப்பியோடு வர, கிச்சாவும் பெரியவரும் கிட்டத்தட்ட ஒரே சமயத்தில் 'சியர்ஸ்' சொல்லிக் கொள்ளாத குறையாக குப்பிகளை மோதி உடைத்தார்கள். கிச்சாவின் யூரின் டெஸ்ட் அதற்குப் பிறகு அரை மணி நேரம் கழித்து, ஐந்தாறு ஆரஞ்சு ஜூஸ் கொட்டிக்கொண்டதில் முக்கி முனகி சுபமாக முடிந்தது.

'யான் பெற்ற துன்பம் பெறுக இக் கிச்சா' என்ற வக்கிரத்தில் நான் ஆவலோடு எதிர்பார்த்த என்டோஸ்கோப்பி டெஸ்ட் வந்தது. கிச்சாவைத் தாய் வயிற்றில் இருக்கும் குழந்தையின் போஸில் படுக்க வைத்து... அவன் வாயில் ஒரு ரப்பர் குழாயை டாக்டர் வயிறைத் தொடும்வரை நுழைத்துக்கொண்டே இருந்தார். பார்ப்பதற்குக் குழாயின் விட்டம் சிறியதாக இருந்தாலும், அது தொண்டை வழியாகச் செல்லும்போது நமக்கு வீராணம் குழாயையே விழுங்குவது போல ஒரு எண்ணம் வந்துவிடும்! முழுங்கவும் முடியாமல் துப்பவும் முடியாமல் கிச்சா விழி பிதுங்க என்னையும் டாக்டரையும், உண்மையை வரவழைக்கக் கைதிகளைக் கொடுமைப்படுத்தும் ஹிட்லரைப் பார்ப்பது போலப் பார்த்தான். வயிற்றுக்குள் போன குழாயின் நுனிப்பகுதியில் உள்ள பல்ப், கிச்சாவின் வயிற்றை வெளிச்சம் போட்டுக் காட்ட, மறுமுனையில் பொருத்தப்பட்ட மைக்ராஸ்கோப் வழியாக டாக்டர் பார்த்து 'இதுதான் சிறுகுடல், இது வயிற்றுப் பகுதி... அங்கே தெரியுது பாருங்க, அதுதான் பெப்டிக் அல்சர் வற்ற இடம்' என்று மகாபலிபுரம் கைடு போல எனக்கும் காட்டி விளக்கினார். என்டோஸ்கோப்பி பார்ப்பதற்குக் கிட்டத்தட்ட கிணற்றில் தூர்வாருவது போல இருந்தது. டெஸ்ட் முடிந்த ஒரு மணி நேரத்துக்கு கிச்சா வாயில் குழாய் இருப்பதாக நினைத்து வாயை பலூன் ஊதும் போஸில் வைத்திருந்தது வேறு விஷயம்.

இப்படியாகக் கிச்சாவின் அல்ப தலைச்சுற்றலுக்காக நாங்கள் தலைநகரையே சுற்றினோம். கிச்சாவின் டெஸ்ட் ரிசல்ட்டுகளைப் பார்த்த டாக்டர்

தர்மராஜன், 'எல்லாம் நார்மலாக இருக்கிறது' என்றார். இருந்தும் கிச்சா தலைசுற்றுகிறது என்று அடம்பிடித்தான். அதைக் கேட்டு டாக்டர் தர்ம ராஜனுக்கே தலைசுற்றியது. தன் பங்குக்குக் கிச்சாவுக்கு எக்கச்சக்கமான மருந்து மாத்திரைகளைத் தந்தார். இதனாலெல்லாம் அலுத்துப்போன கிச்சா, தலைச்சுற்றலுக்குத் தன்னைப் பழக்கப்படுத்திக் கொண்டுவிட்டான். நானும் அலுத்துப்போய் கிச்சாவைக் காண்பதை நிறுத்தினேன்.

காசிக்குப் போன எச்சுமிப் பாட்டி திரும்பிவிட்டதாகக் கேள்விப்பட்டு ஒரு நாள் கிச்சாவின் வீட்டுக்கு காஷுவலாகப் போனேன். கடுமையான ஜுரத்தில் கிச்சா கொதிக்கக் கொதிக்க தீச்சட்டி கோவிந்தன் போலப் படுத்திருந்தான். என்னைப் பார்த்து ஓடிவந்த எச்சுமிப் பாட்டி, 'ஏண்டா, நான் காசிக்குப் போன சமயத்துல இங்க என் பேரனுக்கு என்னாச்சு? சாதாரணமா ஜுரத்துக்கு கஷாயம் வெச்சுத் தரேன்னு நான் சொல்லி முடிக்கறதுக்குள்ள கிச்சாவுக்கு பாதி ஜுரம் எறங்கிடும். இப்ப என்னடான்னா ஒரு சொம்பு கஷாயம் குடிச்சுட்டு மூடின கண்ணைத் தொறக்காம படுத்துருக்கான். என் பேரனுக்கு என்னாச்சு, புரியலையே...' என்றாள். எனக்குப் புரிந்தது. பாட்டி சொல்லைத் தட்டாமல் சும்மா இருந்த கிச்சா என்ற சங்கை டாக்டர், அல்சர், கொலஸ்ட்ரால், இ.சி.ஜி., இ.இ.ஜி., என்டோஸ்கோப்பி என்று ஊதிக் கெடுத்தது எனக்கு உறுத்தியது.

கிச்சாவின் உபாதைகள் எச்சுமிப் பாட்டியின் கஷாயம், களிம்பு, சூரணத்துக் கெல்லாம் மசியவில்லை. அதே சமயம் அலோபதி மருந்துகளும் கிச்சாவுக்கு ஒத்துக் கொள்ளவில்லை. ஒருமுறை கிச்சாவுக்கு எரித்ரோஸின் மாத்திரை தர முயற்சித்ததில் அது ஏ.கே. 47துப்பாக்கியிலிருந்து 'புல்லெட்' வரும் வேகத்தில் முழுசாக வாயில் இருந்து வெளியே பாய்ந்து டாக்டரின் மூக்குக் கண்ணாடி யையே உடைத்து அவரை 'ஒற்றைக் கண்ணனாக' ஆக்கியது.

இப்படியாக மருந்து விஷயத்தில் கிச்சா இரண்டுங்கெட்டானாக ஆகிவிட்டால், கடைசியில் எச்சுமிப் பாட்டி கோபத்தோடும் தமாஷாகவும் 'எல்லாம் ட்ரை பண்ணியாச்சு. இனிமே ரெண்டையும் சேர்த்துத் தரவேண்டியதுதான் பாக்கி!' என்று ஒப்பாரி வைத்தாள். கடைசியில் அந்த ஒரு ஐடியாதான் கிச்சாவை எழுந்து நடக்க வைத்தது!

இப்போது கிச்சாவுக்கு வயிற்று உபாதை என்றால் டைஜீன் மாத்திரையை ஓமம் கஷாயத்தில் கலந்து கொடுத்தால்தான் சரியாகிறது. தலைவலி என்றால் எச்சுமிப் பாட்டி தரும் சூரணத்தோடு 'விக்ஸ் வேபோரப்'பைக் குழைத்து நெற்றியில் தடவிக் கொள்கிறான். இப்படியாக வீட்டில் ஒரு அறையை 'லேப்' ஆக மாற்றி இஞ்சி ப்ரூம்பன், திப்பிலி ஸ்டிராய்டு, சல்ஃபா பூண்டு மைசின் என்று ஸ்பெஷல் 'மருந்துகள்' செய்ய வேண்டியிருப்பது கொஞ்சம் பிரச்னையாக இருப்பதாக எச்சுமிப் பாட்டி போன வாரம் என்னிடம் புலம்பியபோது பாவமாகத்தான் இருந்தது!

•••

கிச்சாவும் கிட்நாப்பும்!

சென்னை சிவா-விஷ்ணு கோயிலில் இருந்து எச்சுமிப் பாட்டி ப்ளஸ் ஏகப்பட்ட பாட்டிகளோடு காசி, ரிஷிகேஷ், பத்ரிநாத் என்று க்ஷேத்திராடனம் செய்ய பஸ்ஸில் புறப்பட்டபோதே கிச்சாவுக்கு மெட்ராஸ்-ஐ வந்ததற்கு ஆரம்ப அறிகுறி தெரிந்தது. அவனது கண்கள் ஆனந்த பாஷ்பத்தில் 'காதலாகிக் கசிந்து கண்ணீர் மல்க' ஆரம்பித்தது. கிச்சாவின் க்ஷேத்திராடனம் நேத்திராடனமாக ஆகும் அளவுக்கு, அவனது கண்களில் வந்த மெட்ராஸ்-ஐ, டூர் செல்லச் செல்ல காசி-ஐ, ரிஷிகேஷ்-ஐ, பத்ரிநாத்-ஐ என்று பூதாகாரமாக வளர ஆரம்பித்தது. சென்னையில் ஸ்மால்-ஐயாக இருந்த கிச்சாவின் மெட்ராஸ்-ஐ, தலைநகர் டெல்லியில் 'காபிடெல்-ஐ'யாக விஸ்வரூபம் எடுத்தது.

'இவ்வளவு தூரம் வந்ததுதான் வந்தோம்... ஒரு நடை மிலிட்டரி மாதவனைப் பார்த்துவிட்டு (கடைசியாக எச்சுமிப் பாட்டி பார்த்தபோது மி.மாதவனுக்கு மூன்று வயது...) அப்படியே அவன் வீட்டில் தீபாவளியைக் கொண்டாடி விட்டுப் போகலாம்...' என்ற எச்சுமிப் பாட்டியின் நப்பாசையால், பாட்டியும் பேரனும் பாதி டூரில் டெல்லியில் கழட்டிக்கொண்டு மற்ற பஸ் பாட்டிகளுக்கு 'டாட்டா' சொல்ல... காசிக்குப் போயும் விடாத கிச்சா சனியனின் ரத்த விளாறிக் கண்வலிக்குப் பயந்து போட்ட பாதுகாப்பு கூலிங் கிளாஸ்-களைக் கழட்டிக் கடாசிவிட்டு விசிலடிக்காத குறையாக மற்ற கிழங்கள் சந்தோஷத்தில் கும்மாளமிட்டன.

டெல்லி ராணுவத்தில் மேஜராகவோ, மைனராகவோ இருக்கும் மிலிட்டரி மாதவன், கிச்சாவின் நெருங்கிய உறவினரான எச்சுமிப் பாட்டியின் ஒன்றுவிட்ட அக்காவின் ஓடிவிட்ட மகளின் ஒரே ஓரகத்தி பெண்ணின் தத்துப் பிள்ளையின் தம்பி! இவரைப் பாட்டியும் பேரனும் அம்மாம் பெரிய டெல்லியில் அட்ரஸ்கூட இல்லாமல் தேடிக் கொண்டிருந்தார்கள்.

மதராஸ் மார்கழிக் குளிருக்கே தந்தி அடிக்கும் கிச்சா டெல்லி குளிரில் டெலக்ஸ் அடிக்க ஆரம்பித்தான். ஆபத்துக்குப் பாதகமில்லையென்று அஷ்மல்கான் ரோடு ப்ளாட்பாரத்திலேயே அவசர அவசரமாக சூட்கேஸைத்

திறந்து, அரதலையாகக் கிழிந்த தனது ஆயிரம் ஜன்னல் ஸ்வெட்டரை முதலில் மாட்டிக் கொண்டு, அதன் மேலே தனது ராவ்பகதூர் தாத்தாவின் மார்பை நெருடும் மெடல் மெடலாகத் தொங்கும் கோட், அதன் மேலே அரைக்கைச் சட்டை, பிறகு கையில்லா பனியன் என்று ரிவர்ஸ் ஆர்டரில் ஒன்றன்மேல் ஒன்றாகப் போட்டுக் கொண்டு, முத்தாய்ப்பாகத் தலைக்கு தாத்தாவின் ஜரிகை வேலைப்பாடுடன் கூடிய சம்புடம் மூடி போன்ற தொப்பியைத் தரித்துக்கொண்ட கிச்சா, பார்ப்பதற்கு கிச்சா மாதிரியே இல்லை. (கூடவே ஒரு கிங் சைஸ் கூலிங் கிளாஸ் வேறு!)

நியூஸ் ரீலில் ஏரோப்ளேனிலிருந்து இறங்கி பிரதமருடன் கைகுலுக்கிவிட்டு - அங்கு காத்திருக்கும் குழந்தைகளோடு சர்வதேச ஒற்றுமைக்காக சுற்றிச் சுற்றி வந்து கும்மியடிக்கும் ஏதோ ஒரு கிழக்காப்பிரிக்க நாட்டு அதிபர் போல காட்சி அளித்தான். இதே கிழக்காப்பிரிக்கக் கோலத்தில் மி. மாதவனைத் தேடி எச்சுமிப் பாட்டியோடு புறப்பட்ட கிச்சா, 'காணும் பொங்கலாக' டெல்லியைச் சுற்றிவிட்டுக் கடைசியில் மிலிட்டரி ஜவான்கள் நடமாட்டம் மிகுந்த ஒரு அயல்நாட்டுத் தூதரகத்தைத் தரிசித்தான்.

மி. மாதவனைப் பற்றி அங்கு விசாரிக்கச் சென்ற கிச்சா, தான் டி.வி.-யில் கேட்ட 'பிதாஜி, ஆயுஷ்மான்பவ, பரந்து'வையெல்லாம் பரவலாகப் போட்டுக் கலக்கி அரைகுறை ஹிந்தியில் ரெண்டாங்கெட்டான் போல ரகளை செய்ய, முதலில் புரியாமல் பேய்முழி முழித்த அயல்நாட்டுத் தூதரக அதிகாரிகள் பின்பு சுதாரித்துக் கொண்டு கிச்சாவின் தோளில் கரிசனமாகக் கையைப் போட்டு, அழிச்சாட்டியமாக நகர மறுத்த அவனை மென்மையான பலவந்தத்தோடு முகப்பு வரை எக்கித் தள்ளி நைச்சியமாகப் பேசி விடை கொடுத்தார்கள்.

யாரையாவது கடத்திக்கொண்டு போகவேண்டும் (என்ன நேர்த்திக் கடனோ!) என்ற துடிப்புடன் காதுவரை பரவிய களேபரமான மீசையும், பாதத்தில் கிச்சுக்கிச்சு மூட்டும் அளவுக்குத் தரையைத் தொடும் நீண்ட தாடியும் கொண்ட கப்பர்சிங் மற்றும் அவனது இரண்டு சக தீவிரவாதி களுக்கு அகஸ்மாத்தாக கிச்சா கண்ணில் பட்டது, தீபாவளி பம்பர் லாட்டரி அடித்தது மாதிரி இருந்தது. பைனாகுலர் வழியாகப் பார்த்த கப்பர்சிங், 'கண்டேன் கிழக்காப்பிரிக்கத் தூதரை' என்று புல்லரித்துப் போனான்.

கப்பர்சிங்குக்கு இது கன்னி முயற்சியாக இருந்ததால், 'இன்னாரைத்தான் கிட்நாப் செய்யப் போகிறோம்' என்ற திட்டம் ஏதும் இல்லாமல் 'கிடைத்த அதிபரைக் கடத்துவது' என சகட்டு மேனிக்கு வந்திருந்தான். கைக்கெட்டிய தூரத்தில் கிழக்காப்பிரிக்க தூதர் (கிச்சா...!) கிடைக்க... அந்தச் சந்தோஷத்தில் சுறுசுறுப்பாகித் தன் சகாக்களை அலர்ட் செய்தான்.

தூதரக அலுவலகத்திலிருந்து ஏதோ அணிவகுப்பைப் பார்வையிடுவது போல் கம்பீரமாக நடந்து வந்த கிச்சாவைத் துப்பாக்கியைக் காட்டி காருக்கு அருகில் தள்ளிச் சென்ற கப்பர்சிங் 'தும் கோன் ஹோ?' என்று கேட்க, 'எச்சுமிப் பாட்டி கிச்சா' என்று கிச்சா 'கரடி, ரயில், டில்லி' வேகத்தில் சொல்ல... கப்பர்சிங்

கர்மசிரத்தையாக 'எச்சுமிப் பாட்டி கிச்சா கிச்சுமி பாட்டி எச்சா...' என்று அதை பல காம்பினேஷன்களில் மனசுக்குள் சொல்லிப் பார்த்து முடிவில், 'எப்படிச் சொல்லிப் பார்த்தாலும் இது ஒரு கிழக்காப்பிரிக்க நாட்டுப் பெயர்தான்' என்ற திருப்தியான முடிவுக்கு வந்தான். அதை ஊர்ஜிதப்படுத்துவதுபோல கிச்சாவும் அவனிடம் 'மிலிட்டரி மாதவன் ஆபீஸராக இருக்கிறார். ஃபாரினுக்கெல்லாம் அடிக்கடி போயிருக்கிறார். அம்பாஸிடர் கார் டெல்லியில் வைத்திருக்கிறார்' போன்ற மி.மாதவன் பந்தாவைத் தவணை முறையில் விட்டுவிட்டு 'மிலிட்டரி... ஆபீஸர்... டெல்லி... ஃபாரின். அம்பாஸிடர்' என்று சொல்ல கப்பர்சிங் கிச்சாவை டெல்லியில் தங்கும் வெளிநாட்டுத் தூதர் என்று மங்களகரமாக முடிவுகட்டினான்.

கிச்சாவின் பக்கத்தில் நின்று கொண்டிருந்த எண்பது வயது எச்சுமிப் பாட்டியைப் பார்த்து, இந்தக் கிழ ஆப்பிரிக்க அதிபி யார் என்று புரியாத கப்பர்சிங் 'ஏ கோன் ஹை?' என்று கேட்க, பதிலுக்கு 'யாருடா இந்தக் கட்டைல போறவன்?' என்று கிச்சாவிடம் பாட்டி விசாரிக்க, 'மி.மாதவன் பேரைச் சொன்னதும் கார் கதவைத் திறந்து ஏறக் கட்டாயப்படுத்தறாங்க பாட்டி... என்ன எழவுன்னே புரியலை...' என்ற கிச்சாவை வாத்சல்யத்தோடு பார்த்து, 'எனக்குப் புரிஞ்சுடுத்துடா கண்ணா... மி.மாதவனுக்கு ஆள் படை பலம் ஜாஸ்தி... தன்னோட வேலைக்காரப் பசங்களை (கப்பர்சிங்குக்கு இது புரிந்திருந்தால் பாட்டியைக் குதறியிருப்பான்) விட்டு நம்ம ரெண்டு பேரையும் அழைச்சுண்டு போக மாதவன் கார் அனுப்பிச்சுருக்கான்...' என்று கூறிவிட்டு உரிமையாக காரில் ஏறப்போனாள் எச்சுமிப் பாட்டி.

அவர்களாகவே காரில் ஏறினால் அது கிட்நாப் ஆகாது என்பதை கடத்தல் பால பாடத்தில் கற்றிருந்தான் கப்பர்சிங். எனவே, பாட்டியையும் பேரனையும் குண்டுக்கட்டாக காருக்கு உள்ளே தள்ளி தனது கோபத்தைக் கதவைச் சாத்துவதில் காண்பித்து கிட்நாப் இலக்கணத்தைப் பூர்த்தி செய்தான்.

கப்பர் சிங் உள்பட தீவிரவாதிகள் மூவரும் வரப்போகும் ஆபத்தை உணராமல் கிச்சாவின் மெட்ராஸ்-ஐயோடு சுமார் அரை மணி நேரம் 'ஐஸ் பாய்' ஆடினார்கள். அவனுக்கு ஒரு கண்கட்டுப் போட்டுவிட்டு அது டைட்டாக இருக்கிறதா என்பதைத் தெரிந்துகொள்ள, கப்பர்சிங் தனது விரல்களால் 'நான்கு, ஏழு, ஒன்பது' என்று காட்டி கிச்சாவிடம் 'கித்னா ஹை?' என்று கேட்க, கிச்சா குருட்டாம்போக்கில் 'ஃபோர் ஹை... ஸெவன் ஹை... நைன் ஹை...' என்று சொல்லி அவனைச் சாவடித்தான். எங்கே அவர்கள் தொட்டால் ஆசாரம் கெட்டுவிடுமோ என்பதால், எச்சுமிப் பாட்டி அவர்களுக்கு முன்பாக முந்திக் கொண்டு தான் கொண்டுவந்த மடி கர்சீப்பை தன் கண்களில் சமத்தாகக் கட்டிக் கொண்டாள்.

'எதுக்குப் பாட்டி, இப்படிக் கண்ணைக் கட்டியிருக்கா?' என்ற கிச்சாவின் சந்தேகத்துக்கு, 'என்னதான் மி.மாதவன் நமக்கு உறவுக்காரனா இருந்தாலும், ராணுவ ரகசியங்களையெல்லாம் நாம தெரிஞ்சுக்கறது தப்பில்லையா, அதான்...' என்று பதில் அளித்து அவனைச் சமாதானப்படுத்தினாள்.

காஷ்மீர் பள்ளத்தாக்கில் கிச்சாவும் பாட்டியும் கண்ணைக் கட்டி காட்டில் விட்டதுபோல் இறக்கப்பட்டார்கள்.

தூங்கும்போது கிச்சா முதல் சேனலில் குறட்டையும், இரண்டாவது சேனலில் அரட்டையும் அடிக்கும் சுபாவம் உள்ளவன் என்பது முன்பே தெரிந் திருந்தால், கப்பர்சிங் இந்தப் பாழாய்ப் போன கிட்நாப்பில் ஈடுபட்டி ருக்கவே மாட்டான். லைட்டான மத்தியான தூக்கத்துக்கே கர்ண கடூரமான குறட்டையோடு காணும் கெட்ட சொப்பனங்களுக்கெல்லாம் உடனுக்குடன் வாய்விட்டு பதில் அளிக்கும் கிச்சா, அன்று அதிகபட்ச அசதியால் காஷ்மீர் பள்ளத்தாக்கில் எதிரொலிக்கும் அளவுக்குக் குறட்டை என்ற பெயரில் கர்ஜித்து, ஐந்து நிமிடத்துக்கு ஒரு தடவை எழுந்து பந்தாவாக சம்மணமிட்டு அமர்ந்து வளவளவென்று 'மேரா பாட்டி கோன் ஹை கிச்சா நாம் மேரா எச்சுமி ஹை...' என்று உச்சஸ்தாயியில் பேசி ஒரு ஹிந்தி பிரசார சபாவையே நடத்திக் காட்டினான். ஏற்கெனவே கிச்சாவின் மெட்ராஸ்-ஐ தானத்தால் கண் எரிச்சலில் கஷ்டப்பட்டுக்கொண்டிருந்த கப்பர்சிங், கிச்சாவின் இந்த சொப்பன அவஸ்தைகளால், படுத்திருக்கும் பாயைப் பிறாண்டும் கட்டத்துக்குப் போய்விட்டான். இது போதாதென்று எச்சுமிப் பாட்டி ஜெபமாலையை உருட்டியபடி மகாவிஷ்ணுவே நேரில் பிரசன்னமாகி, 'பாட்டி போதும் படுத்தாதே...' என்று சொல்லும்வரை விடிய விடிய 'நாராயணா நாராயணா' என்று பேஸ் வாய்ஸில் பிளிறிக் கொண்டிருந்ததால், தூக்கம் வராமல் தவித்த தீவிரவாதி கப்பர்சிங் தேம்பித் தேம்பி அழும் நிலைக்கு ஆளானான்.

மறுநாள் காலை துப்பாக்கிச் சத்தம் கேட்டு வாரிச் சுருட்டிக் கொண்டு எழுந்த கப்பர்சிங்கும் அவனது கூட்டாளிகளும், கிச்சாவையும் பாட்டியையும் தவிர, தங்களுடைய நீளமான துப்பாக்கியும் காணாமல் போனதைக் கண்ட அதிர்ச்சியில் ஒன்றும் புரியாமல் தீவிரமாகத் திருட்டு முழி முழித்தார்கள். 'டமால் டமால்' என சீரான இடைவெளியில் வெடிச்சத்தம் வருவதைக் கேட்டு வெளியில் வந்து பார்த்தவர்கள், காட்டுக்குப் போன ராமர் பாணியில் வெகுதூரத்தில் கப்பர்சிங்கின் துப்பாக்கியைக் கையில் வில் போல் வைத்தபடி எச்சுமிப் பாட்டி முன்னே செல்ல, பவ்யமான இலக்குமணன் போல கிச்சா இடுப்பில் டவலோடும் கைகளில் எண்ணெய் பாத்திரம், குளிக்கும் சொம்போடு செல்வதைப் பார்த்தார்கள். கிட்நாப் அமளியில் தனது கைத்தடியைக் காணாமல் போக்கிய எச்சுமிப் பாட்டி, டெம்பரரியாக கப்பர்சிங் துப்பாக்கியை அதன் விசையில் விரல்களால் அழுந்தப் பிடித்து ஊன்றி ஊன்றிச் சென்றதனால் ஒவ்வொரு அடிக்கும் வானத்தை நோக்கிச் சுட்டுக் கொண்டிருந்தாள். தனது தோட்டாக்கள் மேலும் விரயமாவதைத் திடுப்பதற்காக, நாய் துரத்துவதுபோல அந்தப் பள்ளத்தாக்கில் கப்பர்சிங் அண்ட் கோ ஓடி, பாட்டியையும் பேரனையும் வழிமறித்தார்கள்.

'மூதேவிகளா! இன்னிக்கு தீபாவளிடா... அதான் எண்ணெய் தேச்சுக் குளிக்கலாம்னு நானும் எம் பேரனும் இங்க வந்தோம். மெட்ராஸ்ல

கார்ப்பரேஷன் குழாய்லதான் கங்கா ஸ்நானம் பண்ண முடியும். எங்க அதிர்ஷ்டம் உங்க புண்ணியத்துல இந்தவாட்டி தீபாவளிக்கு கங்கா ஸ்நானத்தை நெஜ கங்கைலயே பண்ணப் போறோம். நீ உக்காருடா கிச்சா...' என்று எச்சுமிப் பாட்டி சொல்லிவிட்டு சிறு வாய்க்காலாக அந்த காஷ்மீர் பள்ளத்தாக்கில் ஓடிய கங்கைக் கரையில் தனக்கு எதிராக அமர்ந்த கிச்சாவின் தலையில் எண்ணெய் வைத்து நலங்குப் பாட்டெல்லாம் பாடியபடி ஆவி பறக்கத் தேய்க்க ஆரம்பித்தாள்.

குளித்துவிட்டு ஈரத்துணிகளோடு சொட்டச் சொட்ட மறைவிடத்துக்கு வந்த கிச்சா, கப்பர்சிங் தடுப்பதற்குள் அவன் அடுக்கி வைத்திருந்த நாட்டு வெடிகுண்டுகளின் மீது தன்னுடைய ஈரத்துணிகளைக் குறிபார்த்து பிழிந்து, இனிமேல் அவற்றைப் பயன்படுத்த முடியாத அளவுக்கு நமுத்துப் போகச் செய்தான். அதற்குள் பின்பக்க அறையில் தான் கிளறிய தீபாவளி லேகியத்தோடு வந்த எச்சுமிப் பாட்டி, 'நஹி சாஹியே நஹி சாஹியே' என்று வேண்டாம், வேண்டாம் என்று மறுத்த கப்பர்சிங்கின் கையை கிச்சாவை விட்டு கெட்டியாகப் பிடித்துக் கொள்ளச் சொல்லிவிட்டு, கப்பர்சிங் வாயில் கிலோ லேகியத்தைத் திணித்தாள். மெட்ராஸ்-ஐ கண் எரிச்சலால் கஷ்டப் பட்டுக் கொண்டிருந்த கப்பர்சிங்குக்குப் பாட்டியின் தீபாவளி லேகியத்தால் வயிற்றெரிச்சல் வேறு சேர்ந்து கொண்டது.

அடுத்ததாக மெட்ராஸிலிருந்து கொண்டு வந்திருந்த லட்சுமி வெடி, குருவி வெடி, எலெக்ட்ரிக் பட்டாசுகளைக் கிச்சா கொளுத்த ஆரம்பித்தான். திரி கிள்ளிய ஒரு ஒத்தை வெடிக்கு கிச்சா தீ வைத்துவிட்டு வர, சுமார் ஒரு மணி நேரம் ஒன்றுமே ஆகாமல் தீப்பொறியோடு 'தேமே'வென்றிருந்த அந்த ஊமைக் குசும்பு ஒத்தை வெடியைக் கப்பர்சிங் உள்பட அனைவரும் காதைப் பொத்தியபடி படு டென்ஷனாகப் பார்த்துக் கொண்டிருந்தார்கள். கிச்சா அங்கு தங்கிய அந்த ஒரு வாரமும் அந்த ஊமைக்குசும்பு ஒத்தை வெடி வெடிக்காமலும் அதே சமயத்தில் திரியில் வைத்த தீப்பொறி அணையாமலும் பாவ்லா காட்டியது. ஒவ்வொரு முறையும் வெளியே செல்லும்போது அந்த ஒத்தை வெடியைப் பயபக்தியோடு ஹை-ஜம்ப் செய்து எங்கே வெடித்துவிடுமோ என்ற பயத்தில் தலைதெறிக்க ஓட வேண்டிய நரகவேதனையில் திண்டாடினான் கப்பர்சிங். ஒரு மாதிரி செட்டில் ஆகிவிட்ட கிச்சாவும் எச்சுமிப் பாட்டியும் கொடி கட்டி துணிகளை உலர்த்துவது, வாசலில் சாணி தெளித்துக் கோலம் போடுவது, சுவரில் ஆணி அடிப்பது என்று அந்த ஒரு வாரத்தில் கப்பர்சிங் மறைவிடத்தை ஆல்மோஸ்ட் திருவல்லிக்கேணி ஒண்டுக்குடித்தனமாக்கித் தூள் கிளப்பினார்கள்.

இந்த ஒரு வாரத்தில் கிச்சா-எச்சுமிப் பாட்டியின் ஆதிக்கத்தால், திடகாத்திரமாக இருந்த தீவிரவாதி கப்பர்சிங், இனி பிக்பாக்கெட்கூட அடிக்க முடியாத அளவுக்குப் பூஞ்சையாகிவிட்டான்.

முதலில் கிச்சா உபயத்தால் கப்பர்சிங்குக்கு இரண்டு கண்களிலும் அம்பாள் குங்குமம் இட்டது போல மெட்ராஸ்-ஐ வந்தது. அப்பால் பாட்டியின்

தீபாவளி லேகியத்தால் அமீபியாவில் அடைமழை போல வயிற்றுப்போக்கு வந்தது. கிச்சாவின் குறட்டை - அரட்டையால் தூக்கமின்மை காரணமாக மைக்ரேன் தலைவலி வந்தது. பொழுது விடிந்தால் மறைவிடத்தைத் துப்புரவாக வைத்துக் கொள்கிறேன் பேர்வழி என்று கிச்சா ஒட்டடை அடித்துக் கிளப்பிய தூசி தும்பட்டையால் தும்மலுடன் கூடிய சைனஸ்-அலர்ஜி வந்தது. பத்தாத குறைக்கு வாசலில் இருக்கும் ஊமைக்குசும்பு ஒத்தை வெடியைத் தாண்டித் தாண்டிப் போனதில் முழங்கால்களில் ஆர்த்தரைட்டிஸ் பிராப்ளமும், ஒத்தை வெடி வெடிக்குமா, வெடிக்காதா என்ற நித்ய கண்டத் தில் டென்ஷன் - பி. பி. யும், எமோஷனல் அஸிடிடியும் சேர்த்து வந்தன. ஆகமொத்தம் அந்த ஒரு வாரத்தில் இன்டென்ஸிவ் கேர் யூனிட்டில் கொண்டு போட வேண்டிய அளவுக்குத் தீவிரவாதி கப்பர்சிங் தீவிர வியாதியானான்.

இதையெல்லாம்கூடத் தனது இயக்கத்தின் வெற்றிக்காகச் சகித்துக் கொண்ட கப்பர்சிங்கால், 'கிழக்காப்பிரிக்க அதிபரின் உயிருக்குப் பணயமாக ஐம்பது லட்ச ரூபாயைக் குறிப்பிட்டு' தான் எழுதிப்போட்ட மொட்டைக் கடுதாசியை ஒரு வாரம் ஆகியும் இந்திய அரசாங்கம் ஏன் இப்படிக் கண்டு கொள்ளாமல் உதாசீனப்படுத்துகிறது என்பதைத்தான் சுத்தமாக ஜீரணித்துக் கொள்ள முடியவில்லை. இந்த சஸ்பென்ஸ் தாங்காமல் வாரக் கடைசியில் விஷயம் தெரிந்துகொள்ள டெல்லி போன கப்பர்சிங், ஜன்பத் ஏரியாவின் பிரதான வீதியில் ஒரு திறந்த காரில் கையைக் கூப்பியபடி ஒரிஜினல் கிழக்காப்பிரிக்க அதிபர் போவதைப் பார்த்துத் தீவிரமாக அசடு வழிந்தான்.

முதல் காரியமாக மறைவிடத்துக்கு வந்த கப்பர்சிங், நடந்த ஆள்மாறாட்டத்தைத் தனது சகாக்களிடம் கூனிக்குறுகி வெட்கத்தோடு வெளியிட்டான். அன்றிரவே தூங்கும் எச்சுமிப் பாட்டியையும் கிச்சாவையும் விட்டுவிட்டு நைசாக அம்பது மைல் தள்ளியிருக்கும் தங்களது அடுத்த மறைவிடத்துக்குத் தாவினார்கள், கப்பர் சிங்கும் கூட்டாளிகளும்.

மறுநாள் காலை. புதிய மறைவிடத்தில் கிச்சாவின் குறட்டை இல்லாததால் நிம்மதியாகத் தூங்கி எழுந்த கப்பர்சிங், பாத்ரூமில் தண்ணி கொட்டும் சத்தம் கேட்டு 'கோன் ஹை?' என்று குரல் கொடுக்க… கொல்லைப் புறத்திலிருந்து இடுப்பில் டவலோடு சந்தியாவந்தனம் செய்தபடி வந்த கிச்சா, கப்பர்சிங் முதுகைத் தட்டித் திருப்பி 'பாத்ரூம் ஹை மேரா எச்சுமிப் பாட்டி ஹை பாணி பாத் ஹை' என்று கூறி முடிக்க… சரியாக பாத்ரூம் கதவைத் திறந்து வந்த எச்சுமிப் பாட்டி, 'ஏண்டா கட்டைல போறவனே, இப்படி அம்போன்னு வுட்டுட்டுப் போயிட்டீங்களே, வழி விசாரிச்சுண்டு புது இடத்துக்கு வர்றதுக்குள்ள போறும் போறும்னு ஆயிடுத்து…' என்று பேசி முடிக்க… கப்பர்சிங் நின்றவாக்கில் மயக்கம் போட்டான்.

●●●

கிருஷ்ணர் பிள்ளை

தீபாவளிக்கு இரண்டு வாரம் முன்பு...

வழக்கமான திருவல்லிக்கேணி வீட்டில் வழக்கம் போல எச்சுமிப் பாட்டி கொடுத்த பழைய சாதத்தை அதிகமாகச் சாப்பிட்டு மப்பாகிப் போய் தூங்க ஆரம்பித்தான் கிச்சா.

'என்ன எச்சுமி, மணி பத்து ஆறது, இருக்கானா, இல்லை போயிட்டானான்னு தெரியாத அளவுக்கு அடிச்சுப் போட்ட பொணம் மாதிரி உம் பேரன் தூங்கறான்...' என்று யானையைவிட மோசமாகப் பிளிறிக் கொண்டே வந்தார், ஜுராஸிக் பார்க்கில் நடிக்க சான்ஸ் கிடைக்கும் அளவுக்கு ஆகிருதியில் அட்டகாசமாக வளர்ந்திருக்கும் கும்பகோணம் 'ஐடியா ஆராமுது'.

கிச்சாவை அவசர அவசரமாக எழுப்பி முடித்த ஆராமுது, தனது சாக்குமூட்டை சைஸுக்கு இருந்த ஷர்ட் பாக்கெட்டிலிருந்து 'ராமர்பிள்ளை கண்டுபிடித்த மூலிகை பெட்ரோல்' சம்பந்தமான பேப்பர் கட்டிங்கை எடுத்தபடி, 'ராமர்பிள்ளை செஞ்ச சாதனை தெரியுமாடா உனக்கு?' என்று கேட்க, 'ஜகம் புகழும் புண்ணிய கதை ராமரின் கதையே' பாடிய ராமரின் பிள்ளைகளளான 'லவ-குசா' கதையை ஒப்பித்து முடித்தான் கிச்சா!

கிச்சாவின் இந்த வெகுளித்தனமான பதிலால் சாந்தமான ஆராமுது மாமா, கிச்சாவை இறுகத் தழுவி அணைத்து ஆலிங்கனம் செய்து, கிழிந்த பாயாக ஆன கிச்சாவிடம் மூலிகை பெட்ரோல் கண்டுபிடித்த ராமர்பிள்ளையைப் பற்றி விலாவாரியாகக் கூறிவிட்டு, 'கிச்சா, நீ என்ன கண்டுபிடிப்பியோ, ஏது கண்டுபிடிப்பியோ, எனக்குத் தெரியாது. அடுத்த மாசம் தீபாவளிக்கு நான் இங்கே வரும்போது, நீ ஒரு சயின்டிஸ்ட்டா ஆகியிருக்கணும். என் கைல அடிச்சு சத்தியம் பண்ணு...' என்று தனது தோசைக்கல் சைஸில் இருந்த கையை நீட்ட, வேறு வழியில்லாமல் தீபாவளிக்குள் சயின்டிஸ்ட்டாக ஆகிக் காட்டுவதாக ஐடியா ஆராமுது மாமாவின் கையிலடித்துச் சத்தியம் செய்தான் கிச்சா.

பரவசமடைந்த ஆராமுது, தான் கொண்டு வந்த பித்தளையைத் தங்கமாக மாற்றும் 'பளபளா சூர்ணம்', 'ஜின்ஜின் நாய்க்கடி' லேகியம், பாம்புக் கடிக்கான 'ஸர்ப்ப நீக்கி' (இதை 'ஸ்த்ரீ சம்போகத்துக்கும்' பயன்படுத் தலாம்), தேமல், படை, சொறி, சிரங்குக்கான 'அரி அரி நின்னே' தைலம் போன்ற சித்த மூலிகைகள் விவரம் அடங்கிய ஒரு தடிமனான செல்லரித்துப் போன புத்தகத்தைக் கிச்சாவிடம் கொடுத்து, 'இதைப் படி... அப்புறம் ராமர்பிள்ளை என்ன, நீ ராமர் பேரனாகவே ஆகிவிடலாம்' என்று கூறிவிட்டு கும்பகோணம் சென்றார்.

'தீபாவளிக்குள் எப்படி சயின்டிஸ்ட்டாக மாறுவது?' என்று திண்ணையில் படுத்தபடி தீவிரமாக யோசித்துக் கொண்டிருந்த போது, கிச்சாவோடு பள்ளியில் கூடப் படித்ததோடு விடாமல், சதா கூடவே இருந்து குழியும் பறித்துக் கொண்டிருக்கும் 'குட்டை ராமானுஜம்' வந்து, 'தோ பார் கிச்சா, நாய் வேஷம் போட்டா குரைச்சுத்தான் ஆகணும். அதுமாதிரி சயின்டிஸ்ட்டா ஆகணும்னா, சயின்டிஸ்ட் வேஷம் போட்டுத்தான் ஆகணும். மொதல்ல தொளதொளன்னு ஒரு பைஜாமா ஜிப்பா வாங்கிப் போட்டுக்கோ. சோடா பாட்டில் கண்ணாடியை மாட்டிக்கோ. அப்புறம் மூஞ்சி இந்த மாதிரி கேரம்போர்டு கணக்கா மழமழன்னு இருந்தா, சத்தியமா நீ சயின்டிஸ்ட் ஆக முடியாது... பெரிய பெரிய சயின்டிஸ்ட்டெல்லாம் பாரு, ஒரு சின்ன மீசை, குறுந்தாடி வெச்சுண்டிருப்பாங்க. மளமளன்னு குறுந்தாடி வளத்துக்கோ. அப்புறம் பாரு, தன்னால ஐடியா வரும். சயின்டிஸ்ட்டா ஆகிவிடலாம்' என்று தைரியம் கொடுத்தான்.

கிச்சாவுக்குக் குறுந்தாடி பிரச்னையானது. மூளையிலும் சரி, முகத்திலும் சரி, கிச்சாவுக்கு வளர்த்தி சற்றுக் கம்மிதான். முகத்துக்கு நல்லது என்று எச்சுமிப் பாட்டியின் ஆலோசனையின் பேரில் சின்ன வயதிலிருந்தே பயத்தம் மாவு, பசும்மஞ்சள் கலவையை சோப்புக்குப் பதிலாக உபயோகப்படுத்தியதில், கிச்சாவின் முகம் 'வதனமே சந்திர பிம்ப' மாகிவிட்டது! இரண்டு மாதத்துக்கு ஒருமுறை டர்க்கி டவலால் அழுத்தித் துடைத்தால் போதும், லேசாக வளர்ந்த பூனை முடிகளும் உதிர்ந்துவிடும்!

'குறுந்தாடி வளராவிட்டால் என்ன, ஒட்ட வைத்துக் கொண்டால் போயிற்று' என்ற வைராக்கியத்துடன் மேக்-அப் மேன் எத்திராஜைப் பார்த்தான் கிச்சா. ஒரு சரித்திர நாடகத்தில் வரும் ராஜகுருவுக்காக ரிசர்வ் செய்து வைத்திருந்த மீசை, குறுந்தாடியை கிச்சாவின் மழமழ முகத்தில் ஸ்பிரிட் கம், கோந்து, சாதப் பருக்கை இப்படி என்னவெல்லாமோ போட்டு ஒட்டியும் ஒட்டாமல் வழுக்கி வழுக்கி விழுந்தது. கடைசி ஆயுதமாக கிச்சாவை சற்று நேரம் பல்லைக் கடித்துக்கொண்டு பொறுத்துக் கொள்ளும்படி கூறிவிட்டு, குறுந்தாடியைத் தாடையில் வைத்து ஸ்டேப்ளர் அடித்துப் பொருத்தி அனுப்பினான் எத்திராஜ்.

யாரும் கேட்டுக் கொள்ளாமலே தொளதொளவென்று வெள்ளை பேண்ட்டை, வேட்டி மாதிரி தைக்கும் கிச்சாவின் ஆஸ்தான டெய்லர்

பாபாராவ், குட்டை ராமானுஜத்தின் அட்வைஸ் பேரில் சயிண்டிஸ்ட் கோலத்துக்காகத் தொளதொளவென்று பைஜாமா ஜிப்பாவை கிச்சாவைக்கச் சொன்னதும் ஏக் குஷியாகி, திருவல்லிக்கேணியில் உள்ள அத்தனைப் பேரும் சேர்ந்து ஒரே நேரத்தில் போட்டுக் கொள்ளும் அளவுக்குத் தைத்துக் கொடுத்தான். சாதாரணமாக பைஜாமா போட்டுக் கொண்டு நடப்பார்கள். இந்த பைஜாமாவைப் பொறுத்தவரை கிச்சாவுக்கு, பைஜாமாவுக்குள்ளேயே சிறிது நேரம் நடக்க வேண்டியதாயிற்று.

குட்டை ராமானுஜம் வாங்கித் தந்த சோடா பாட்டில் கண்ணாடியைப் போட்டுக் கொண்டு பார்த்தபோது, கிச்சாவுக்கு எதிரே வந்த பாலிசி எடுக்கும் பத்மநாப அய்யங்கார், எல்.ஐ.சி. உயரத்துக்குப் பிரமாண்டமான எலெக்ஷன் நேரத்து கட்-அவுட் போலத் தெரிந்தார்.

விஞ்ஞான வெறி உச்சந்தலையில் ஏறிவிட, 'என்ன கண்டுபிடிக்கலாம்?' என்ற ஆராய்ச்சியிலேயே ஆறு நாள் கடத்தினான் கிச்சா.

ஏழாவது நாள் ஒரு முடிவுக்கு வந்த கிச்சா, குட்டை ராமானுஜத்தின் உதவியோடு தன் வீட்டுக் கொல்லைப் புறத்தில் கீத்துக் கொட்டகை போட்டுத் தாற்காலிக லேப் ஒன்றை உருவாக்கினான். 'லேபுக்கு என்னபெயர் வைப்பது?' என்று யோசித்தபோது, 'ஏற்கெனவே ஜெமினி கலர் லேப் இருக்கு. அதனால நாம இதுக்கு 'சிவாஜி லேப்'னு வெச்சுடலாம்...' என்று குட்டை ராமானுஜம் கூற, கிச்சா ஒப்புக் கொண்டான்.

'ராமர்பிள்ளை போல தானும் பேர் வாங்க வேண்டும்!' என்ற நப்பாசையில் கிச்சா, தன் பெயரை 'கிருஷ்ணர் பிள்ளை' என்று மாற்றிக் கொண்டு கௌஸட்டில் பதிவும் செய்தான். 'அய்யங்காரா பொறந்துட்டு என்னடாது பிள்ளைனு பேரை மாத்திண்டுட்டே?' என்று எச்சுமிப் பாட்டி அங்கலாய்த்த போது, 'பாட்டி, இது அந்தப் பிள்ளை இல்லை. அப்பா பேர் கிருஷ்ணன். நான் கிருஷ்ணர் பிள்ளை...' என்று சமாதானம் செய்தான் கிச்சா.

ஓரிரு சினிமா டிஸ்கஷனில் கலந்து கொண்டு, கதையை உல்டா செய்யும் கலையில் தேர்ச்சி பெற்றிருந்த குட்டை ராமானுஜம், 'ஏண்டா கிச்சா, ராமர் பிள்ளை மூலிகைலேந்து பெட்ரோல் தயாரிச்சார். நாம உல்டாவா பெட்ரோல் லேந்து மூலிகை தயாரிப்போம். அந்த மூலிகையைத் தோட்டத்துல நட்டா, மரமா வளரும். அந்த மரத்துல விளைஞ்ச மூலிகைலேந்து மறுபடி பெட்ரோல் தயாரிப்போம். எப்படி...?' என்று ராயல்டி வெறியில் உளற ஆரம்பிக்க, 'சினிமா வேற, சயின்ஸ் வேற. அந்த உல்டாவெல்லாம் இங்க வொர்க் அவுட் ஆகாது...' என்று கிச்சா அவனை அடக்கினான்.

ஐடியா ஆராமுது மாமா தந்த மூலிகைப் புத்தகத்தில், தலையில் வழுக்கை விழுந்தவர்களுக்கு மறுபடி முடி வளர 'சுறுசுறு முடி ஹேராதி கிராப்பு சூரணம்' செய்முறை கொடுக்கப்பட்டிருப்பதைப் படித்த கிச்சா, அதைத் தயாரித்தான். 'சூரணத்தை யாருக்குக் கொடுத்துப் பரிசோதித்துப் பார்க் கலாம்...?' என்று கிச்சா யோசித்துக் கொண்டிருந்தபோது, ராயல்டி

உத்வேகத்தில் இருந்த குட்டை ராமானுஜம், கிச்சாவின் ஆராய்ச்சிக்குத் தான் பரிசோதனை எலியாக (பெருச்சாளி என்றுதான் சொல்ல வேண்டும்!) இருக்க உடன்படுவதாகக் கூறினான். ராயல்டி தவிர, ராமானுஜத்துக்கு இதில் வேறு ஒரு காரணமும் இருக்கிறது. குட்டை ராமானுஜம் கண்ணைக் கூசவைக்கும் முழுச்சொட்டை ராமானுஜமும்கூட! சூரணத்தைச்சாப்பிட்ட மூன்றே நாளில் ராமானுஜத்துக்குத் தலை தவிர, மற்ற எல்லா இடங்களிலும் முடி வளர்ந்து ராமானுஜம் ரோமானுஜமானான்.

'ஆராமுது வைத்த கெடுவுக்கு இன்னும் ஆறு நாள்தான் இருக்கிறது' என்ற அவஸ்தையில் கிச்சா குறுக்கும் நெடுக்குமாக நடந்து கொண்டிருந்தபோது, திடீரென்று பவர் கட் ஆனது. 'ஒரு நாளைப் போல இதே எழவா போச்சு. எப்பப்பாரு கரெண்ட் கட். இதுக்கு யாரானும் ஒரு வழி பண்ணித் தொலைக்க மாட்டாளோ?' என்று இருட்டில் அங்கலாய்த்தபடி எச்சுமிப்பாட்டி போக, இதைக் கேட்ட கிச்சா, அந்த இருட்டிலும் பிரகாசமாகி, 'யுரேகா... யுரேகா...' என்று ஆர்க்கிமிடஸ் போலக் கத்தினான். 'ராமர்பிள்ளை புதிய முறையில் பெட்ரோல் கண்டுபிடித்தது போல, நான் ஒரு புதிய முறையில் கரண்ட் கண்டுபிடிக்கப் போகிறேன்...' என்று கும்மிருட்டில் குட்டை ராமானுஜம் என்று நினைத்து, அங்கு இருந்த ஸ்டூலிடம் கிச்சா ரகசியமாகச் சொல்லி முடிக்க, பவர் வந்தது.

'பேட்டரி, ஜெனரேட்டர் போன்ற பழைய வழிகளில் இல்லாமல் வேறு எப்படிப் புதிய வழியில் கரண்டை உருவாக்கலாம்?' என்று மண்டையைப் போட்டுக் குழப்பிக் கொண்ட போது, கிச்சாவுக்குப் பள்ளியில் படிக்கும் போது 'பாணா பரசுராமன்' தன் முழங்கையில் விரலால் தட்ட, அதனால் தனக்கு ஷாக் அடித்த அதிர்ச்சி ஏற்பட்டது நினைவுக்கு வந்தது. கரண்டைத் தொட்டால் ஷாக் அடிக்கும். அதேபோல எங்கு ஷாக் அடிக்கிறதோ, அங்கு கரெண்ட் இருக்கும். குட்டை ராமானுஜத்தின் உல்டா டெக்னிக்கை கிச்சாவும் ஆமோதித்தான்.

கிச்சா அவனை ஒரு மேஜையில் படுக்க வைத்து, அவன் முழங்கையில் ஒரு வொயரைக் கட்டி, அதன் மறுமுனையை பல்பில் இணைத்து விட்டு, ராமானுஜத்தின் முழங்கையில் ஷாக் உண்டாக்க ஒரு சின்னச் சுத்தியலுடன் நெருங்க... பயத்தில் பரிசோதனை எலி ராமானுஜம், பரிசோதனை மூஞ்சூறாகச் சுருங்க ஆரம்பித்தான். ஆவேசமாகச் சுத்தியலால் கிச்சா, ராமானுஜத்தின் வலது கை அதிர்ச்சியில் சிறிது நேரம் அடித்துவிட்டு, இறுதியில் உல்டாவாகத் திரும்பிக் கொள்ள, ராமானுஜத்தின் இரண்டு கைகளுமே இடது கைகளாயின.

கிச்சாவுக்கு வலது கையாக இருந்த ராமானுஜம், தனது வலது கை இடது கையாக மாறியதில் பயந்துபோய், ராயல்டி என்ற பெயரில் கிச்சா செய்யும் க்ரூயல்டி தாங்காமல் பார்ட்னர்ஷிப்பிலிருந்து விலகினான்.

'சொந்தக் காலில் நின்று எப்படியும் கரெண்டைக் கண்டுபிடித்துவிடுவது' என்பதில் வெறியாக இருந்த கிச்சா, ராப்பகலாக உழைத்துப் பாட்டியின்

கையால் காபிப் பொடி அரைக்கும் மெஷின், தாத்தா காலத்துப் பெரிய சைஸ் சுவர் கடிகார பெண்டுலம், அந்தக்கால கிராமபோன் பாகங்கள், சில பல உருளைகள், பல் சக்கரங்கள் இவற்றையெல்லாம் வைத்து ஒரு விநோதமான இயந்திரம் தயாரித்தான். அந்த இயந்திரத்தின் ஒரு முனையில் 100 வாட்ஸ் பல்பை பொருத்தி, இயந்திரத்தை இயக்கினான். 100 வாட்ஸ் பல்பு பிரகாசமாக எரிந்தது. டெல்லியிலிருந்து விஞ்ஞானிகளையும் ஐ.ஐ.டி.-யிலிருந்து பேராசிரியர்களையும் வரவழைத்துத் தான் கண்டுபிடித்த இயந்திரத்தால் பல்ப் எரிவதைக் காட்டி, 'கரெண்ட் இல்லாமல் பல்ப் எரிகிறது பாருங்கள்...' என்று கிச்சா கத்த, அவர்கள் பதிலுக்கு ஆத்திரத்தில் கோரஸாக, 'மூதேவி, உனது இயந்திரம் கரெண்டால் ஓடுகிறதே...' என்று கத்த, அப்போதுதான் கிச்சாவுக்குத் தனது கண்டுபிடிப்பின் தவறு புரிந்து, இயந்திரத்தை ஓட்ட பவர் கனெக்ஷன் கொடுத்திருப்பதை அறிந்து அசடு வழிந்தான். 'பாங்குல கரண்ட் அக்கௌண்ட்டுன்னு ஒண்ணு இருக்கு. அங்க போய் பல்பைத் தொங்கவுடு, எரியும். மூதேவி...' என்று திட்டிவிட்டு அவர்கள் போனார்கள்.

விடிந்தால் தீபாவளி. ஆராமுது மாமா கும்பகோணத்திலிருந்து வந்து 'என்ன கண்டுபிடித்தாய்?' என்று சொக்காயைப் பிடித்துக் கேட்பார் என்ற பயத்திலும் அவமானத்திலும் லேபில் சூம்பிப் போய் அமர்ந்திருந்த கிச்சாவின் கையில் எச்சுமிப் பாட்டி தீபாவளி லேகியத்தைத் திணித்து, 'தீபாவளி பட்சணம் நெறைய இப்பவே கொட்டிண்டுட்டே, இந்த லேகியத்தைத் தின்னு. ஜீரணமாகும்...' என்று சொல்லிவிட்டுச் செல்ல, கிச்சா கடுப்பில் லேகியத்தை விசிறி எறிய, அது ஆராமுது மாமா கொடுத்த புத்தகத்தில் போட்டிருந்த செய்முறைப்படி, கூடுவிட்டுக் கூடு பாய சாப்பிட வேண்டிய குளிகை தயார்நிலையில் கொதித்துக் கொண்டிருந்த ஈயச்சொம்பு பாத்திரத்தில் விழ, சிகப்பு, மஞ்சள், ஊதா, நீலம் என்று கலர் கலராகப் புகை கிளம்பிச் சிறிது நேரத்தில் அடங்கியது. கிச்சா ஓடிச் சென்று ஈயச்சொம்பு பாத்திரத்துக்குள் எட்டிப் பார்த்தான். அதில் வெள்ளையாகப் பால் ஏடு போல ஏதோ ஒன்று இருந்தது. விரலால் தொட்டுச் சுவைத்துப் பார்க்க, சற்றே பாஸந்தி மாதிரி தித்திப்பாக இருந்தது. கிச்சா அதை வழித்து முழுவதுமாகத் தின்றான்.

அப்போது எச்சுமிப் பாட்டி அங்கு வந்தாள். 'பாட்டி, நீ தந்த லேகியம் இதுல விழுந்தது. கலர் கலரா புகை வந்தது...' என்று கிச்சா சொல்லச் சொல்ல, பாட்டி கண்டுக்காமல் கொல்லைப்புறத்தில் துணி உலர்த்த ஆரம்பித்தாள். பாட்டி எதிரில் போய் நின்று, 'ஆராமுது மாமா கேப்பாரே பாட்டி நாளைக்கு, என்ன கண்டுபிடிச்சேன்னு...?' என்று கிச்சா சொல்ல, பாட்டி பதில் ஏதும் சொல்லாமல் கிச்சாவைப் பார்த்தும் பார்க்காதது போல நகர ஆரம்பித்தாள். கிச்சா, 'நான் அசடுதான். ராமர்பிள்ளை மாதிரி எதையும் கண்டுபிடிக்க எனக்குத் துப்பில்லை. இப்ப திருப்திதானே...' என்று ஆத்திரமாகக் கத்தியபடி, தன்னை ஓரங்கட்டும் பாட்டியைத் தடுத்து நிறுத்த, அவள் கையைப் பிடிக்க முயன்ற கிச்சா, பிடிக்க முடியாமல் தன் கை காற்றில் துழாவுவது போல இருப்பதை உணர்ந்தான். ஏதோ பொறி தட்ட, கிச்சா

அவசர அவசரமாகத் தன் ரூமுக்குள் ஓடி பீரோ கண்ணாடியில் பார்க்க, கண்ணாடியில் கிச்சா தெரியவில்லை. கிச்சா கண் எதிரில் இருக்க, அப்போது குட்டை ராமானுஜம் வந்து பாட்டியிடம் 'பாட்டி என் கை சரியாயிட்டுது. கிச்சா எங்கே?' என்று கேட்க, 'எதையானா கண்டுபிடிக்கறேன் பேர் வழின்னு மூலிகை வாங்க டப்பா செட்டி கடைக்குப் போயிருக்கும் பிரும்மஹத்தி...' என்ற பாட்டியின் பதில் கிச்சாவின் சந்தேகத்தை ஊர்ஜிதப் படுத்தியது.

ஆராமுது மாமாவின் புத்தகத்தில் யார் கண்ணுக்கும் தெரியாமல் மறைந்து போகும் மூலிகையைப் பற்றிக் கூறிவிட்டுத் திரும்பக் கண்ணுக்குத் தெரிய மாற்று மருந்துக்கான மூலிகைக்கு, பார்க்க முப்பத்துநாலாம் பக்கம் என்று போட்டிருந்தது. அவசர அவசரமாகப் புரட்டிய கிச்சா, முப்பத்துமூணாம் பக்கத்துக்குப் பிறகு முப்பத்தைந்தாம் பக்கம் இருப்பது கண்டு அதிர்ந்து போனான். முப்பத்துநாலாம் பக்கம் கிழிந்துபோய், கிச்சாவைப் போலக் காணாமல் போயிருந்தது.

மறுநாள் தீபாவளி. 'எதையாவது கண்டுபிடித்துக் காட்டுகிறேன்' என்று ஆராய்ச்சி செய்து, தற்சமயம் யார் கண்ணுக்கும் தெரியாமல் போய்விட்ட கிச்சாவைக் 'கண்டுபிடிக்க' எச்சுமிப் பாட்டி, ஆராமுது, ராமானுஜம் உள்படத் திருவல்லிக்கேணியே நாலாபுறமும் தேடிக் கொண்டிருக்கிறது! உங்களில் யாருக்காவது மாற்று மருந்து தெரிந்தால் அனுப்ப வேண்டிய முகவரி: 'சிவாஜி லேப்.. மே/பா. கிச்சா, சிங்கராச்சாரி தெரு, திருவல்லிக் கேணி, சென்னை, ஆறு பூஜ்யம், பூஜ்யம், பூஜ்யம், பூஜ்யம் ஐந்து!'

•••

மீண்டும் மிஸ்டர் கிச்சா!

காடாறு மாதம் நாடாறு மாதம் விக்கிரமாதித்தன் போல, என் நண்பன் கிச்சா, வருடத்தின் முதல் பாதி ஆறு மாதங்களில் ஏதாவது ஒரு ஆபீஸில் வாட்ச்மேனாகவோ பியூனாகவோ வேலை பார்க்கும் தொழிலாளியாகவும், அடுத்த ஆறு மாதங்களுக்கு அப்பளம் விற்பது, ஆயுர்வேதத் தைலம் தயாரிப்பது போன்ற சொந்தமாக பிஸினஸ் செய்யும் முதலாளியாகவும் இருப்பது வழக்கம். எல்லாவற்றுக்கும் கிச்சாவுக்குப் பக்கபலமாக இருப்பது எச்சுமிப் பாட்டிதான்.

இப்படி பியூன், அப்பளம் எதுவுமில்லாமல் ரெண்டுங்கெட்டானாக (வேலை இல்லாமல்) வீட்டுத் திண்ணையில் கிச்சா புரண்டு கொண்டிருக்கும் சமயம் பார்த்து எச்சுமிப் பாட்டிக்குத் தூரத்து உறவினரும், கிச்சாவுக்கு வெகு தொலை தூரத்து உறவினருமான கும்பகோணம் ஐடியா ஆராமுது பிரசன்னம் ஆவார்.

இரண்டு வாரங்களுக்கு முன்பு, பட்டிக்காட்டான் யானையைப் பார்ப்பது போல, சுத்தமாக ஒரு எழவும் புரியாமல் பேய் முழி முழித்தபடி கிச்சா டி.வி.யில் 'சாணக்யா' இந்தித் தொடரைப் பார்த்துக் கொண்டிருந்தபோது வந்தார் கும்பகோணம் ஆராமுது. கிச்சாவின் முதுகில் எதிர்பாராதவிதமாகக் கோட்டை அறை அறைந்து தாக்கிவிட்டு, 'அடேய் கிச்சா கண்ணா. இப்ப நீ டி.வி.யில பார்க்கறது நம்ம ஊர் நிகழ்ச்சிகளை. நான் கொடுக்கப் போற ஐடியாவால, நீ இனிமே அகில உலக நிகழ்ச்சிகளைப் பார்க்கப் போறே. நீ மட்டும் பார்க்கப் போறதில்லை. திருவல்லிக்கேணியே உன்னால காணப் போறது' என்று கூறிவிட்டு, இன்னொரு கோட்டை அறை விட்டார்.

இரண்டு மாதங்களுக்கு முன்புதான் டி.வி-யே வாங்கிய கிச்சா, அதுநாள்வரையில் எல்லார் வீட்டு மொட்டை மாடியிலும் போடப்பட்ட ஆர்டினரி டி.வி. ஆன்டெனாவையே - வெயிலில் துணிமணிகளை உலர்த்துவதற்காகப் போடப்பட்ட மாடர்ன் கொடிக் கம்பி என்று சாமி சத்தியமாக நம்பிக் கொண்டிருந்தான். அப்படிப்பட்ட அவனுக்கு ஸாடிலைட் டி.வி., டிஷ் ஆன்டெனா பற்றியெல்லாம் சொல்லி விளக்குவதற்குள் ஆராவமுது அரைவமுது ஆகிவிட்டார்.

மறுநாளே, டிஷ்-ஆன்டெனா போடுவதற்கான லைசென்ஸை ஒரு கையிலும் சாதா ஆன்டெனா போல் ஒல்லியாகத் தோற்றமளித்த ஒரு ஆசாமியை மறுகையிலும் பிடித்தபடி வீட்டுக்குள் நுழைந்து 'இவர் பேர் கஜபதி ஆசாரி. பெரிய ஸ்தபதி. ஆகம சாஸ்திரம், சிற்ப சாஸ்திரமெல்லாம் கரைச்சுக் குடிச்சவர். கோயில் விமானம் கட்டத் தெரியும். சிலை பிரதிஷ்டை பண்ணவும் தெரியும்' என்று அவரை அறிமுகப்படுத்தினார் ஆராமுது.

'அதெல்லாம் சரி, இவர் இப்ப இங்கே ஏன்? எதற்கு? எப்படி?' என்ற கேள்விகளைக் கிச்சா முகஜாடையில் கேட்க, 'நம்ம வீட்டுல போடப் போற டிஷ்-ஆன்டெனாவை நிர்மாணிச்சு மொட்டை மாடில கஜபதி ஸ்தபதி பிரதிஷ்டை பண்ணப் போறார்' என்று ஆராமுது முத்தாய்ப்பாகக் கூற, கஜபதி ஸ்தபதிக்கும், டிஷ்-ஆன்டெனாவுக்கும் உள்ள சம்பந்தம் 'குலாம் காதர் கோகுலாஷ்டமி'யாகக் கிச்சாவுக்குப் பட்டாலும் புரியாத பல விஷயங்களில் இதுவும் ஒன்றாக இருந்துவிட்டுப் போகட்டும் என்று சமாதானம் செய்து கொண்டான்.

ஒரு நல்ல நாளில் மொட்டை மாடியில் மஞ்சள் பிள்ளையார் பிடித்து வைத்துவிட்டு, ஆராமுது கொடுத்த 'சயின்ஸ் டுடே' கட்டிங்கில் வெளியான டிஷ்-ஆன்டெனா படத்தைப் பார்த்து மரத்தில் தான் செய்து வைத்திருந்த மாடல் டிஷ்-ஆன்டெனாவைப் பக்கத்தில் வைத்துக் கொண்டார் கஜபதி ஸ்தபதி. ஆகம சாஸ்திரத்தின் பேரில் கொண்ட ஈடுபாடு காரணமாக ஆராமுது கொடுத்த அலுமினியக் கம்பிகளைப் புறக்கணித்துவிட்டு, டிஷ்-ஆன்டெனாவைத் தன்னிடம் ஸ்டாக்கில் இருந்த பஞ்சலோகக் கம்பிகளைப் பயன்படுத்திக் கட்ட ஆரம்பித்தார் கஜபதி ஆசாரி. ஆன்டெனாவின் ஈசான்ய மூலையில் லிங்கப் பிரதிஷ்டை செய்து சிவன் சந்நிதியையும், அதற்கு நேர் எதிர்ப்புறத்தில் பள்ளிகொண்ட பெருமாள் சந்நிதியையும் கம்பிகளை வளைத்தே லாகவமாகச் செய்து முடித்தார். இப்படியாக கஜபதி ஆசாரியின் ஆன்மிகக் கைவண்ணத்தால் பல தெய்வங்கள் கொலு வைக்கப்பட்ட கிச்சாவின் டிஷ்-ஆன்டெனா, முடிவில் டிவைன் ஆன்டெனாவாக மாறியது. கஜபதி ஆசாரியின் வேண்டுகோளுக்கிணங்க எச்சுமிப் பாட்டி, கனபாடிகள் பலரை வரவழைத்து வேத கோஷங்களுடன் கிட்டத்தட்ட ஒரு அஸ்வமேத யாகமே செய்தாள். ஒரு வாரம் இந்தக் கூத்துக்காக கிச்சாவோடு கண் விழித்த அசதியோடு வீடு வந்து படுத்த நான், அடித்துப் போட்டது போல தூங்க ஆரம்பித்தேன். டெலிபோன் மணி அடிக்கும் ஓசை கேட்டு எழுந்தேன். டெலிபோனில் கிச்சா 'உடனேவா...' என்றான்.

'அட்வான்ஸ் கொடுத்தவர்கள் அரித்துப் பிடுங்குவதால் இன்றிரவே டிஷ்-ஆன்டெனாவை ஸ்டார் டி.வி. எடுக்கும் திசையில் பொஸிஷன் செய்து ஒளிபரப்பை ஆரம்பித்து விட வேண்டும்...' என்றான் கிச்சா.

பேரிங் பொருத்தப்பட்ட அந்தப் பிரம்மாண்டமான டிஷ்-ஆன்டெனாவை ஸ்டார் டி.வி. சிக்னலுக்காக 'போறுமா.. போறுமா' என்று ஐலேஸா கேட்டபடி மொட்டைமாடியில் கிச்சா சுழற்ற, கீழே பூஜை அறையில்

தற்காலிகமாக வைக்கப்பட்ட கண்ட்ரோல் ரூமில் இருந்துகொண்டு டி.வி. மானிட்டரில் படம் தெரிகிறதா என்று பார்த்தபடி ரிஸீவர், பூஸ்ட்டர் முதலியவற்றைத் திருக ஆரம்பித்தேன்.

அப்போதுதான் அது நடந்தது. மின்னலடிக்கும் வெள்ளையாக இருந்த டி.வி. திரை சட்டென்று 'சொட்டு நீலம் டோய்' ஆனது. கிச்சாவையும் கீழே கூப்பிட்டேன். நாங்கள் பார்த்துக் கொண்டிருக்கும்போது நீலத்திரையில் காமிராமேன் பி.சி. ஸ்ரீராமுக்குப் பிடித்த ஒளிச்சிதறல்கள் ஆங்காங்கு டால் அடிக்க ஆரம்பித்தன. ஒளியோடு கூடவே லேசாக 'நாராயணா... நாராயணா...' ஒலி கேட்க, டி.வி. திரை மத்திக்கு தம்புரா சகிதமாக நாரதர் மிதந்து வந்தார். எங்களைப் பார்த்துப் புன்னகைத்தார். கிச்சா என்னைப் பார்த்து, 'ஸ்டார் டி.வி. புரோக்ராம்ல திருவிளையாடல் படம்லாம்கூடக் காட்டுவாங்களா? ஸ்டார் டி.வி.லகூட கேபிள் டி.வி.யா?' என்று கேனத் தனமாகக் கேட்டு முடிப்பதற்குள் டி.வி. திரை சைஸுக்கு இருந்த நாரதர், டி.வி.யை விட்டுக் கீழே இறங்கி எங்களுக்கெதிரில் எங்கள் சைஸுக்கு உயர்ந்து நின்றார். நாரதரை நேருக்கு நேர் பார்த்த அதிர்ச்சியில் நானும் கிச்சாவும் கோரஸாக மயக்கம் போடாத குறையாக நிற்க...

'பக்தன் கிச்சாவே! ஆன்ட்டெனா மூலம் நீ காட்டிய அளவிடற்கரிதான பக்தியை மேலே உள்ள எல்லோர் சார்பிலும் மெச்சுகிறோம்! இனி உன் டிஷ்-ஆன்ட்டெனா வாயிலாக வைகுண்டம், கைலாசம், இந்திரலோகம் என்று ஆரம்பித்து யமலோகம் வரையில் உள்ள எங்களது வானுலக நிகழ்ச்சிகளை பூலோகத்துக்கு ஒளிபரப்ப அனுமதிக்கிறோம். நிகழ்ச்சி களைத் தொகுத்து அளிக்கும் பூரண உரிமையைக் கிச்சா என்கிற உனக்கே அளிக்கிறோம். நாராயண... நாராயண...' என்று பகர்ந்துவிட்டு, நாரதர் பழையபடி டி.வி.க்குள் நுழைந்து காணாமல் போனார்.

இப்படியாகச் சாதாரண மனிதர்கள் நிகழ்த்தும் ஸ்டார் டி.வி. நிகழ்ச்சிகளைக் காட்டுவதற்காக போடப்பட்ட கிச்சாவின் டிஷ்-ஆன்ட்டெனா, நாரதர் உபயத்தால் தெய்வங்கள் பங்கேற்கும் சூப்பர் ஸ்டார் டி.வி. நிகழ்ச்சிகளைக் காட்டிப் பிரபலமடைய ஆரம்பித்தது.

சேனல் ஒன், சேனல் டூ போன்று பெயரிடும் சிஸ்டத்தை ஓரங்கட்டி தனது சேனல்களுக்கு 'விஷ்ணு சேனல்', 'பிரம்மா சேனல்', 'சிவன் சேனல்' என்று புதுமையாக நாமகரணம் செய்வித்தான். விஷ்ணு சேனலில் நிஜ சொர்க் கவாசலே காட்டப்பட்டது. சிவராத்திரியன்று (நிஜ) சிவதாண்டவம் நேயர்களை மெய்சிலிர்க்க வைத்தது!

தினமும் இரவு எட்டு மணிக்கு பிரம்மா செய்திகள் வாசிப்பார்.

சென்ற வார 'எதிரொலி'யில் 'செய்திகள் வாசிக்கும் பிரம்மாவின் மூன்றாவது தலையில் உள்ள இரண்டாவது வலதுபக்கக் காதில், கடந்த வாரம் குண்டலம் மிஸ்ஸிங்... ஏன்?' என்ற பிரம்மபுரம் கலைவாணியின் கடிதம் வாசிக்கப்பட்டது.

'ஒளியும்-ஒலியும்' நிகழ்ச்சிக்குப் பதிலாக, வெள்ளிக்கிழமை இரவு 'சேனல் இந்திரா'வில் ரம்பா, ஊர்வசி, மேனகாக்களின் ஸோலோ, டியட், குரூப் டான்ஸ்ˮகள்...

'மனைமாட்சி'யில் 'சமைத்துப் பார்' நிகழ்ச்சியில், ஓலைச் சுவடிகளைப் பார்த்தபடி சமைத்துக் காட்டினார் நளன்!

ஸ்போர்ட்ஸ் சேனலில் தேவர்களுக்கும் அசுரர்களுக்கும் இடையே வெறித்தனமாக நடக்கும் விளையாட்டுப் போட்டிகள். உதாரணமாக, கயிறு இழுக்கும் போட்டியாகப் பாற்கடலில் பாம்பு கட்டி இழுப்பது, தேவர் களுக்குச் சொந்தமான பொருட்களைக் கவர்ந்துகொண்டு ரிலே ரேஸ் போல அசுரர்கள் ஆகாசத்தில் ஓடுவது போன்றவை.

இப்படியாக, சூப்பர் ஸ்டார் டி.வி.யின் மூலம் கிச்சா தமிழ்நாட்டையே வளைத்துப் போட்டான்.

டெலிபோன் மணி அடித்தது. அந்தச் சத்தத்தில் விழித்துக் கொண்ட எனக்கு, முதல் நாள் இரவு அசதியோடு படுத்தது நினைவுக்கு வந்தது. டெலிபோனில் கிச்சா பரபரப்போடு 'ஹலோ' சொன்னது கேட்டது. என் நாரதர் கனவைக் கிச்சாவிடம் சொல்ல நான் ஆரம்பிப்பதற்குள் என்னைப் பேசவிடாமல், 'உடனே வா... ஆபத்து...' என்று சொல்லிக் கிச்சா டெலிபோனை வைத்துவிட்டான்.

திருவல்லிக்கேணிக்குச் சென்றபோது, கிச்சா வீட்டு வாசலில் கூச்சலும் குழப்பமுமாக ஒரு கும்பல் கொதித்துக் கொண்டிருந்தது. விசாரித்ததில் தெரிந்த விஷயம் இதுதான்.

முதல் நாள் இரவு நான் வீடு திரும்பிய பிறகு ஒண்டியாகக் கிச்சா ஒருவனே கஜபதி ஆசாரி செய்த டிஷ்-ஆண்டெனாவை அட்ஜஸ்ட் செய்து கனெக்ஷன் கொடுத்திருக்கிறான். ரிஸீவர், பூஸ்டர் இத்யாதிகளை கிச்சா முடுக்கிவிட்ட அடுத்த கணம், திருவல்லிக்கேணியில் அட்வான்ஸ் தந்து கனெக்ஷன் வாங்கியவர்கள் அத்தனை பேர் வீட்டில் உள்ள டி.வி.க்களும் 'டப்..டப்..' என்ற சத்தத்தோடு பொறி பறக்கச் சிறிது நேரம் புஸ்வாணமாக உமிழ்ந்து விட்டு அகால மரணம் அடைந்து விட்டன. தொடர்ந்து எல்லோர் வீட்டிலும் பவர்கட், டெலிபோன் டெட்.. சில பேர் வீட்டில குழாயில் தண்ணீர் வருவது கூட நின்று போய்விட்டது. இதற்கெல்லாம் காரணமான அந்த டிஷ்-ஆண்டெனாவை உடைத்து எறிவதற்காகத்தான் கோபத்துடன் கும்பல் கூடியிருக்கிறது. பாவம் கிச்சா... பேந்தப் பேந்த முழித்துக் கொண்டிருந்தான். அவர்களைச் சமாதானப்படுத்திவிட்டு முதல் காரியமாக நானும் கிச்சாவும் அவர்கள் வீடுகளுக்கு அந்தக் கண்றாவி டிஷ்-ஆண்டெனாவிலிருந்து கொடுத்த கேபிள்கனெக்ஷனை ஒவ்வொன்றாகப் பிடுங்கியெறிந்தோம்.

சோர்ந்து போன கிச்சாவுக்கு இதம் அளிக்க, நான் கண்ட நாரதர் கனவைக் கூறினேன். 'ஒருவேளை கனவு நிஜமாகிறதா பார்ப்போம்' என்ற நப்பாசையில் மீண்டும் ஒரு தபா கிச்சா கண்ட்ரோல் அறைக்குச் சென்று

ரிஸீவர் பூஸ்ட்டரைத் திருகி விஷமம் செய்து டிஷ்-ஆன்ட்டெனாவை உசுப்பிவிட, மொட்டை மாடியில் ஒரே சமயத்தில் நூறு பேர் குதித்த சத்தம் கேட்டது. போய்ப் பார்த்தபோது, அந்த டிஷ்-ஆன்ட்டெனா தனது பேரிங் பீடத்தை விட்டுக் கீழே இறங்கித் தரையில் சப்பணம் இடாத குறையாக அமர்ந்திருந்தது.

சமீபத்தில் கிச்சாவைப் பார்க்கப் போனபோது, மொட்டை மாடியில் குழிவான ராட்சசத் தட்டுபோல மல்லார்ந்து கிடக்கும் அந்த டிஸ்-ஆன்ட் டெனாவின் உள்புறத்தில் சாப்பாட்டுக்கு 'சைடு டிஷ்'ஷாக இருக்கும் வடாம் - வத்தல் வகையறாக்களைக் காயப்போடுவதற்காகவும் ஊறுகாய்களை உலர்த்துவதற்காகவும் போட்டுக் கொண்டிருந்தாள் எச்சுமிப் பாட்டி. ஒரு மாதத்துக்கு முன்பு டிஷ்-ஆன்ட்டெனாவாக இருந்தது இப்போது சைட் டிஷ்- ஆன்ட்டெனாவாக மாறியதைப் பார்த்து அழுவதா சிரிப்பதா என்று எனக்குப் புரியவில்லை.

•••

மென் ஆஃப் தி மேட்ச் கிச்சா

எப்போதும் தூசு, தும்பட்டையோடு இறைந்து கிடக்கும் கிச்சாவின் களேபரமான சயன அறையின் ஓட்டு உத்தரத்தில், துளிக்கூடப் பொருத்தமில்லாமல் சேண்டிலியர் டைப்பில் காஸ்ட்லியான கண்ணாடி அலங்காரச் சரவிளக்கு ஒன்று உல்லாசமாகத் தொங்கிக் கொண்டிருந்தது.

அந்தச் சரவிளக்கின் அடியில் 'மேன் ஆஃப் தி மாட்ச், கிச்சா. உபயம்: பென்சன் அண்ட் ஹெட்ஜஸ் - உலகக் கோப்பை' என்று ஆங்கிலத்தில் எழுதப்பட்டிருந்தது. அந்த உலகக் கோப்பை உபயத்தைக் கிச்சாவிடம் காட்டி 'இது இங்கே எப்படி?' என்று ஈனஸ்வரத்தில் கேட்டேன்.

உலகக் கோப்பை கிரிக்கெட் ஆட்டம் தொடங்குவதற்கு இரண்டு நாட்கள் முன்பு, ஆட்டத்தின் விதிமுறைகள், பல அம்சங்களின் குறை நிறைகள் எல்லாவற்றையும் தெரிந்துகொண்டு சரிசெய்ய அசாருதீன் தலைமையிலான இந்திய அணிக்கும் ஆலன் பார்டர் தலைமையிலான உலக அணிக்கும் இடையே ஒரு 'டே அண்ட் நைட்' போட்டி சிட்னி மைதானத்தில் நடத்தப் பட்டது. அந்த மாட்ச்சில் இந்திய அணியில் தான் விளையாடி, ஆல்ரவுண்டராக ஜமாய்த்து ஜெயித்துக் கொடுத்து, 'மேன் ஆஃப் தி மாட்ச்' அவார்டாக உத்தரத்துச் சரவிளக்கை டோனி கிரெய்கிடம் பெற்றுக் கொண்டதை கிச்சா அசால்ட்டாகக் கூறினான்.

ஆஸ்திரேலியா மட்டுமே அறிந்த அந்த சிட்னி ரகசியத்தை சிதம்பர ரகசியம் போல என் காதில் கிச்சா கூறியதே இனி கீழே தொடர்வது...

நான்கு மாதங்களுக்கு முன்பு திருவல்லிக்கேணி சிங்கராச்சாரி தெருவில் தொத்தலான கிச்சா டீமுக்கும் 'பிராட்வே பிராட்மென்' என்று சிலாகிக்கப் பட்ட கீழே கீர்த்திவாசன் டீமுக்கும் இடையே ஒரு கிரிக்கெட் மாட்ச் நடந்தது. அப்போது பேட் செய்ய வந்த கீர்த்திவாசன் கையில் மட்டையோடு கால்மணி நேரமாகச் சிங்கராச்சாரி தெருவில் காத்திருக்க, பந்து வீச்சில் வேகத்தைக் கூட்டுவதற்காகப் பார்த்தசாரதி கோயில் கோபுர வாசலிலிருந்து பெருமாள் உற்சவம் போலப் புறப்பட்டு நான்கு மாட வீதிகளையும் சுற்றி நுரை தப்ப ஓடி, இறுதியில் சிங்கராச்சாரி தெருவுக்கு வந்து கிச்சா பந்தைக் கோரமாக வீசியிருக்கிறான். அது கீர்த்திவாசன், விக்கெட் கீப்பர் போன்ற பலரையும

உதாசீனப்படுத்திவிட்டு தெருக்கோடியில் இருக்கும் நரசிம்மராவ் வீட்டு ரேழியில் தொங்கிய ஹைதர் அலி காலத்து அலங்காரச் சரவிளக்கின் மீது அதிரடியாக மோதி அந்தரத்திலேயே அதைச் சுக்குநூறாக்கியது. நல்ல வேளை, செய்தி கேள்விப்பட்ட எச்சுமிப் பாட்டி, பேரனைக் காப்பாற்ற தலைதெறிக்க ஓடி வந்து, நரசிம்மராவிடம் நைச்சியமாகப் பேசி அவருக்கு வேறு நல்ல உசத்தியான சரவிளக்கு வாங்கித் தருவதாகக் கூறியிருக்கிறாள்.

சொன்ன சொல்லைத் தட்டாத பாட்டி, சரவிளக்கு வாங்கி வருமாறு பேரனை விரட்ட, பாட்டி சொல்லைத் தட்டாத பேரனும் உடனடியாக மவுண்ட் ரோட்டுக்கு சைக்கிளைத் தள்ளிக் கொண்டு ஓடினான். ஜீரோ வாட்ஸ் பல்பில் ஆரம்பித்து சோடியம் வேப்பர் வரையிலான எல்லா வகையறாக்களையும் விற்கும் ஒரு எலக்ட்ரிக்கல் டீலர் கடையில், ஒரு சரவிளக்கை நானூற்றுச் சொச்சத்துக்குக் கிச்சா வாங்கியபோது, கிச்சாவின் பாக்கெட்டில் பில்லோடு சேர்த்து ஒரு பரிசுக் கூப்பனையும் திணித்தார் கடையின் சொந்தக்காரர்.

பத்து நாட்கள் கழித்து ஒரு நாள் பிற்பகலில் எலெக்ட்ரிகல் கடையின் சொந்தக்காரர், தேவதூதன் போல கிச்சாவின் வீட்டில் பிரசன்னமாகி, 'மிஸ்டர் கிச்சா, உங்கள் கூப்பனுக்கு குலுக்கலில் முதல் பரிசு விழுந்திருக்கிறது. உங்களையும் சேர்த்து இருவர், நீங்கள் விரும்பும் ஏதாவது ஒரு வெளி நாட்டுக்குச் சென்று ஒரு வாரம் ஓட்டலில் தங்கி உல்லாசமாக எங்கள் செலவில் சுற்றிப் பார்ப்பதற்கான வசதிகளை எங்கள் நிறுவனம் செய்து தரும்...' என்ற சேதியைக் கௌரவமாக கூற, கிச்சா தலை, கால், கை, மூக்கு, வாய் எதுவும் புரியாமல் துள்ளிக் குதித்தான்.

உலகக் கோப்பை கிரிக்கெட் மாட்சை ஸ்டார் டி.வி. மூலமாகப் பார்ப்ப தற்காக தான் போட்ட டிஷ்-ஆன்டெனா மொட்டை மாடியில் தண்டச்சோறு தடிராமனாகப் படுத்துவிட்ட விரக்தியில் இருந்த கிச்சா, ஒருநாள் கிரிக்கெட் மாட்சை நேரடியாகத் தரிசிக்க முடிவு செய்து, 'ஆஸ்திரேலியாதான் போக வேண்டும்' என்று முடிவு செய்ய, எச்சுமிப் பாட்டியும் உடன் வரச் சம்மதித்தாள். அரிசி, உப்பு, புளி என்று ஒரு மினி மளிகைக் கடை, பிள்ளையார், பெருமாள், முருகர் என்று ஒரு படக்கடை. இப்படி வெயிட் தாங்காமல் விமானம் தாழ்வாகப் பறக்கவேண்டிய அளவுக்குப் பலவித பார்சல்களோடு கிழக்கு, மேற்கு, தெற்கு, வடக்கில் சூலம் இல்லாத நல்ல நாளில் பாட்டியும் பேரனும் பிளேனில் புறப்பட்டு ஆஸ்திரேலியாவுக்குப் போனார்கள்.

சிட்னி நகரில் ஏற்பாடு செய்யப்பட்டிருந்த ஓட்டல் அறையில் எச்சுமிப் பாட்டியை செட்டில் செய்துவிட்டு, கீழே இறங்கி ஆஸ்திரேலிய ரஸ்தாவுக்கு வந்தான் கிச்சா. கிரிக்கெட் மைதானத்துக்குப் போகிற வழியை, போகிற வருகிறவர்களிடம் எல்லாம் விசாரித்தான். ஒரு அரை மணி நேரம் கழித்து ஓட்டலுக்குத் திரும்பியவனுக்கு, நூற்றுக்கணக்கான அறைகள் கொண்ட அந்த ஓட்டலில் எந்த மாடியில் எந்த அறையில் எச்சுமிப் பாட்டியைக் குடிவைத்தோம் என்பது மறந்துவிட்டது. 'பாட்டி, பாட்டி' என்று ரயில்வே பிளாட்பாரத்தில் காபி, டீ விற்பவன் போல கூவியப்படி உத்தேசமாக காரிடரில் உள்ள ஒவ்வொரு ரூமாகத் திறந்து பார்த்த கிச்சா, ஒன்றில் அசாருதீன், ஒன்றில் ஸ்ரீகாந்த், ஒன்றில் ரவி சாஸ்திரி, ஒன்றில் டெண்டுல்கர் என்று தான் கும்பிடப்

போன கிரிக்கெட் தெய்வங்கள் குடியிருப்பதைப் பார்த்து சந்தோஷத்தில் பாட்டியைக் காணாமல் போக்கியதையே மறந்து விட்டான்.

கிச்சாவைப் பார்த்தவுடனேயே, 'இது நம்ம ஆளு' என்பதைப் புரிந்துகொண்டு ஸ்ரீகாந்த், அவனோடு பரிச்சயம் செய்துகொண்டு, டீமில் உள்ள மற்ற ஆட்டக்காரர்களை அறிமுகம் செய்து வைத்தார். அதற்குள் கிச்சா இருக்கும் ஸ்ரீகாந்த் அறையைக் கண்டுபிடித்து வந்துவிட்டாள் எச்சுமிப் பாட்டி.

காரிடாரில் இந்திய கிரிக்கெட் வீரர்களை வரிசையாக நிற்க வைத்து, எலிசபெத் ராணி போல எச்சுமிப் பாட்டி கைகுலுக்கியபடி நடந்து வர, கூடவே நடந்துபோய் அவர்களைப் பாட்டிக்கு அறிமுகம் செய்வித்தான் கிச்சா.

ஸ்ரீகாந்த் மற்றும் ஸ்ரீநாத்தைப் பார்த்து, 'இங்கே சாப்பாடு சரியில்லாம கஷ்டப்படறேளாமே? பேப்பர்ல படிச்சேன். நாங்க ஒரு வாரம் இங்கதான் இருப்போம். ராத்திரி எங்காத்து ரூமுக்கு வந்துடுங்கோ. சுண்டைக்கா வத்தக் குழம்பு, சுட்ட அப்பளம் பண்ணி ஜமாய்ச்சுடறேன்' என்று கூறிய எச்சுமிப் பாட்டியை அனைவரும் - குறிப்பாக ஸ்ரீகாந்த்தும் ஸ்ரீநாத்தும் - அன்ன பூரணியைப் பார்ப்பது போலப் பார்த்தார்கள்.

அன்று இரவு ஓட்டல் மொட்டை மாடியில் சிட்னி நிலா வெளிச்சத்தில் இந்திய வீரர்களை வட்டமாக உட்கார வைத்து நடுவில் அமர்ந்த எச்சுமிப் பாட்டி, வத்தக்குழம்பு சாதத்தைப் பிசைந்து உருட்டி உருட்டி ஸ்ரீகாந்த், காம்ப்ளி, கிரண் மோரே என்று வேகமாகப் பேர் சொல்லி காட்ச் ப்ராக்டீஸ் போல வீசி எறிய, வெளிநாடு வந்து நாக்கு செத்துப் போய்க் கிடக்கும் அனைவரும் டைவ் அடித்தெல்லாம் பிடித்து உண்டார்கள். பாட்டி எறிந்த சோத்து உருண்டையைக் கிச்சா மட்டும் கையால் பிடிக்காமல் வாயாலேயே 'லபக்'கென்று பிடித்து உண்டது இந்திய அணியின் மானேஜரை வியக்க வைத்தது.

ஆலன் பார்டர் தலைமையிலான உலக அணிக்கும் அசாருதீன் தலைமை யிலான இந்திய அணிக்கும் மறுநாள் நடக்கவிருக்கும் ஒருநாள் மாட்ச்சுக்கு, இந்திய அணியில் சரியாகப் பத்து பேர்தான் இருந்தார்கள். அழைத்துப் போன மற்றவர்களுக்கு ஆளுக்கொரு உபாதையாம்.

இந்திய டீமின் அநாதரவான நிலையைப் பயன்படுத்திக் கொண்டு டீமில் இடம்பெற முடிவு செய்த கிச்சா அவர்களை 'லபக்' காட்சால் வசீகரிக்க, அன்று இரவோடு இரவாகப் புது பிளேயர் கிச்சாவுக்காக, கருநீலத்தில் பாண்ட்டும் ஷர்ட்டும் தைக்கப்பட்டது. ஷர்ட்டின் முன்பக்கம் எல்லோருக்கும் போல இந்தியா என்று எழுத அனுமதித்த கிச்சா, பின்பக்கம் 'வேங்கட ரமண வராக' என்று ஆரம்பித்து ஐந்து நாள் மாட்ச் போல வெகு நேரம் கழித்து, 'கோவிந்த முகுந்த கோபால கிருஷ்ணன்' என்று முடியும் தன் முழுப்பெயரை எழுதுமாறு அடம்பிடிக்க, ஷர்ட்டில் எழுதியது போக, மீதி பெயரை பாண்ட்டில் எழுதி அப்படியும் முடியாமல் திணறினார்கள்.

மறுநாள் மாட்ச். டாஸ் போடுவதற்கு ஒரு மணி நேரம் முன்பு இந்தியக் குழுவும், பார்டர், பூன், கூச், போதம், கிரேட்பாட்ச், லாரா என்று பிரமாண்ட மான உலகக் குழுவும் தங்களை சுறுசுறுப்பாக்கிக் கொள்ள 'கீப் ஃபிட்' உடற்பயிற்சிகளைச் செய்ய ஆரம்பித்தார்கள்.

சிட்னி மைதானத்தின் ஓரத்தில் ஆசமனம் செய்துவிட்டுப் பத்மாசனத்தில் அமர்ந்து பிராணாயாமம் செய்ய ஆரம்பித்த கிச்சாவின் இரண்டு நாசித் துவார ரங்களும் சிக்ஸ்ராக விரிந்து, சிங்கிளாகச் சுருங்குவதை உலக அணியினர் முதலில் நக்கலாகப் பார்த்தார்கள். அடுத்து கிச்சா சிட்னி மைதானத்தை ஏழு தடவை சுற்றிவிட்டுக் கையோடு கையாக இரண்டு தடவை அங்கப்பிரதட் சணமும் செய்துவிட்டு வேர்த்தல், விறுவிறுத்தல் இல்லாமல் சர்வ சாதாரண மாக வருவதை அமானுஷ்யமான பீதியோடு பார்த்த உலக அணியினர், வியப்பில் தங்களை அறியாமல் மூக்கில் விரல் வைத்து பிராணாயாமம் போஸ் கொடுத்தார்கள்.

எச்சுமிப் பாட்டி மைதானத்திலேயே அடுப்பு மூட்டி, கொதிக்க வைத்த மோரில் சோம்பு, கிராம்பு, லவங்கம், மிளகு, ஏலம் என்று கையில் கிடைத்தை எல்லாம் தாளித்துக் கொட்ட, திராவகம் போல கொப்பளித்த மோரை கிச்சா இரண்டு சொம்பு குடித்துவிட்டு சிட்னி சட்னி ஆகும் அளவுக்கு விட்ட கடுமையான ஏப்பத்தால் டி.வி. கவரேஜுக்காகக் கொடுக் கப்பட்ட ஸாடிலைட் இணைப்பு, உலகம் முழுவதும் ஒரு நிமிடம் துண்டிக் கப்பட்டது.

தன் வலதுகை ஆள்காட்டி விரலிலும் கட்டை விரலிலும் பிளாஸ்திரி போட்டிருந்ததால் டாஸ்கூடப் போட முடியாமல் அசாருதீன் தவித்தபோது, டாஸ் போடும்போதே தண்ணி காட்டி பார்டருக்குப் பாதி தோல்வியைத் தருவதாக 'பாட்டி மீது சத்தியம்' செய்து கிச்சா அந்த வாய்ப்பைப் பெற்றுக் கொண்டான்.

அசாருதீனை எதிர்பார்த்து பெவிலியன் வாசலில் காத்திருந்த ஆலன் பார்டர், டாஸ் போட வேண்டிய நாணயத்தை விரல் நுனியில் பாலன்ஸ் செய்து கொண்டு விரலுக்கு விரல் மாற்றியபடி வித்தை காட்டிக்கொண்டும் கிச்சா வருவதைப் பார்த்துப் பேய்முழி முழித்தார்.

டாஸ் போடக் கொடுத்த நாணயத்தை பார்டருக்குக் காட்டி விட்டு விரல் நரம்பு புடைக்க கிச்சா சுண்டி எறிய, அது வானில் பறந்து போய் மேகக் கூட்டங்களில் மறைந்து பத்து நிமிடம் கழித்துத் திரும்பி வந்தது. இதனால் ஏற்பட்ட தாமதத்தை ஈடுகட்ட ஆட்ட விதிமுறையின்படி ஐம்பர் ஓவர் மாட்ச் நாற்பத்தெட்டு ஓவர் மாட்ச்சாகக் குறைக்கப்பட்டது. இனி வரவே வராது என்று நினைத்த 'ஹெட் ஆர் டெயில்' போடப்பட்ட நாணயம் ஆடி அசைந்து கீழே வருவது கண்டு பார்டர் அவசர அவசரமாக 'டெயில்' என்று கூற, அதற்குள் 'பூவா, தலையா' போட்டுப் பழக்கப்பட்ட கிச்சா, பூவை ஆங்கிலத்தில் ஃப்ளவர் என்று முந்திக்கொண்டு சொல்லிக் குழப்ப, அதனால் நிகழ்ந்த களேபரத்தில் டாஸ் இரண்டாம் தடவை போடப்பட்டது. இதனால் மறுபடியும் ஏற்பட்ட தாமதத்தை ஈடுகட்ட விதிமுறைப்படி மேலும் மூன்று ஓவர்கள் குறைக்கப்பட்டு, ஆட்டம் தொடங்குவதற்கு முன்பே ஐம்பது ஓவர் மாட்ச் நாற்பத்தைந்து ஓவர் மாட்ச்சாகச் சுருக்கப்பட்டது.

டாஸில் ஜெயித்த கிச்சா, அசாருதீன் அட்வைஸ்படி உலக அணியை முதலில் ஆடுமாறு பணித்தான்.

ஆட்டம் தொடங்கியதும் ஸ்லிப்பில் நிற்க வைக்கப்பட்ட கிச்சா, பாம்புக்கும் கீரிக்கும் சண்டை விடும் மோடிமஸ்தான் இஷ்டத்துக்குச் சொல்வது போல 'ஆஸ்மாமி கொண்டிமுறுக்கு ஐலோ தாஸ்மி சீல் மேஹடாபடாஹை' என்று வாய்க்கு வந்த மந்திரத்தைச் சொல்லிவிட்டு கூச்சின் காதுபட 'இதைச் சொன்னா எதிரி முட்டை முட்டையா கக்குவான்' என்று சொல்ல, கூச் பயத்தில் பேச்சுமூச்சானதில் அவர் ஸ்டம்ப் பல்டி அடித்தது.

அடுத்ததாக போதம் ஆடும்போது 'வல்ல பூதம் வலாஷ்டிகப் பூதம் அல்லல்படுத்தும் அடங்கா முனி பூதம்' என்று கந்தர்சஷ்டிக் கவசத்தின் வரிகளைக் கிச்சா கூற, அதில் அடிக்கடி வரும் பூதம் அவர் காதில் போதம் என்று விழ, தனக்கு இந்த இந்திய மந்திரவாதி ஏதோ ப்ளாக் மாஜிக் செய்து சூன்யம் போடுவதாக நினைத்து பயந்ததில் ஒரு நோ-பாலுக்கு ஆடாமலேயே நெர்வஸாக ஓடி ரன் அவுட் ஆனார்.

இப்படிக் கிச்சாவால் இரண்டு விக்கெட் வீழ்ந்த சந்தோஷத்தில் அசாருதீன் அன்புப் பரிசாக அவனுக்கு பௌலிங் போட சான்ஸ் தந்தார்.

பந்து போடுவதற்கு முன்பாக அம்பயரிடம் கிச்சா தான் போட்டிருந்த ஸ்வெட்டர், ஷர்ட், உள்பனியன், தலையில் இருந்த தொப்பி, கழுத்திலும் கையிலும் போட்டிருந்த செயின், மாலைகள், மோதிரம், தாயத்து ரட்சைகள்... ஒவ்வொன்றாக நிதானமாகக் கழற்றித் தந்து அம்ப்பயரை 'கோட்-ஸ்டாண்ட்' ஆக்கினான். ஒவ்வொரு ஓவரும் தொடங்குவதற்கு முன் அவற்றையெல்லாம் கழற்றித் தருவதற்கும் ஓவர் முடிந்ததும் திரும்ப வாங்கிப் போடுவதற்கும் கிச்சா நீண்ட நேரம் எடுத்துக் கொண்டதால் அதை ஈடுகட்ட, ஏற்கெனவே நாற்பத்தைந்து ஓவருக்குச் சுருங்கிய மாட்ச், முப்பத்தைந்து ஓவராக முடங்கியது.

எல்லா ஃபீல்டர்களையும் விக்கெட் கீப்பருக்குப் பின்னால் பத்ம வியூகமாக கிச்சா நிறுத்த, கிச்சாவின் இந்தத் தந்திரத்தின் உள்நோக்கம் என்னவாக இருக்கும் என்ற அநாவசியக் கவலையில், வந்தவுடனேயே டேவிட் பூன் காலில் வாங்கிக் கொண்டு எல்.பி.டபிள்யூ ஆனார்.

அடுத்து வந்த ஆலன் பார்டரைக் கறுவியபடி குரோதத்தோடு பந்தை பாக்கெட்டில் வைத்துக்கொண்டு, பஸ், ஆட்டோ பிடித்து வந்து போடு மளவுக்கு வெகுதூரம் நடந்து போய்விட்டு, பிறகு கொஞ்சம் ஓட்டம், கொஞ்சம் நடை, கொஞ்சம் பாப்பாநொண்டி என்ற கணக்கில் அம்ப் பயருக்கு அருகே வந்ததும், கையில் பந்து இல்லாததைப் பார்த்து 'ஸாரி சார்' சொல்லிவிட்டு, பாக்கெட்டில் இருந்த பந்தை மறுபடி எடுத்து பழையபடி பௌலியனை நோக்கிக் கிச்சா காசி யாத்திரை போலப் போக, அலுப்பில் மப்பாகிப் போன பார்டர், இருபது முறை பிட்ச் ஆகி இறுதியில் உருண்டு வந்த கிச்சாவின் ஒரு பந்தை காலில் வாங்கிக்கொண்டு, அம்ப்பயர் அவுட் சொல்வதற்குள், விட்டால் போதும் என்று அவஸ்தையில் ஸ்போர்ட்டிவ் வாக உள்ளே போனார்.

ஏற்கெனவே பச்சிலை, மருதாணி, மூலிகைகளை அரைத்து எச்சுமிப் பாட்டி தயாரித்துத் தந்த களிம்பை முகத்தில் அப்பிக்கொண்டு எல்லைப் பிடாரி

போல இருந்த கிச்சாவைப் பார்த்துப் பயந்து போய் புதிய பாட்ஸ்மேன் வரலாமா என்று தீவிரமாக யோசித்து முடிப்பதற்குள் பேய் மழை வந்து ஆட்டம் நின்றது. அதுவரை பல்வேறு காரணங்களால் கழுதையாகத் தேய்ந்த ஓவர்கள் கட்டெறும்பாக இருபது ஓவருக்குச் சுருங்கியது.

பாட்டிங்கின்போது உலக அணியைக் கிச்சா வேறுவிதமாகப் பழிவாங் கினான். ஸ்ரீகாந்த் அடித்துவிட்டு ஒரு ரன் எடுப்பதற்குள், நாய் துரத்தலுக்குப் பயந்து பி.டி. உஷா கணக்கில் ஓடிப் பழக்கம் உள்ள கிச்சா ஒன்பது ரன்கள் எடுத்தான்.

யார் எடுத்த ரன்னைக் கணக்கில் காட்டுவது என்று தெரியாமல் குழம்பிய ஸ்கோர் போர்டு, சமரசமாக ஸ்ரீகாந்த் எடுத்த ஒரு ரன்னையும் கிச்சா ஓடிய ஒன்பது ரன்களையும் கூட்டி இரண்டால் வகுத்து ஆளுக்கு ஐந்து எனக் காட்டியது.

கடைசியாக இருபது ஓவரில் உலக அணி எடுத்த அதே ரன்களை இந்திய அணி எடுத்ததால் முடிவு சொல்ல முடியாத சூழ்நிலை உருவானது. எப்படியாவது கூட்டிக் கழித்து முடிவைச் சொல்வதில் ரோஷக்காரர்களான பென்சன் அண்ட் ஹெட்ஜ்ஸ் நிறுவனத்தார், இறுதியாக இரண்டு அணியிலும் ஆடிய ஆட்டக்காரர்களின் வயது, வெயிட், உயரம், ரத்த அழுத்தம், பல்ஸ் ரேட் போன்ற புள்ளி விவரங்களைக் கம்ப்யூட்டரில் பலவந்தமாகப் போட்டுத் திணித்துக் கலக்கியதில், கிச்சாவுக்கு இருந்த அபூர்வமான ரத்த குரூப்பால் ஒரு பாயிண்ட் அதிகமாகக் கிடைக்க, இந்திய அணி வென்றதாக அறிவிக்கப்பட்டது!

மூன்று விக்கெட்களும் ஐம்பது ரன்களும் எடுத்த கிச்சாவுக்கு 'மேன் ஆஃப் தி மாட்ச்' அவார்டும், அவனுக்குப் பக்க பலமாக இருந்த எச்சுமிப் பாட்டிக்கு 'வுமன் ஆஃப் தி மாட்ச்'சும் வழங்கப்பட்டன. அந்த ஒரு வாரத்தில் கிச்சா ஆஸ்திரேலியாவில் கங்காருவுக்கு அடுத்தபடியாகப் பிரபலமானான்.

மீண்டும் ஒரு தடவை மிஸ்டர் கிச்சாவையும் அவன் வாங்கிய அலங்கார விளக்கு அவார்டையும் நம்ப முடியாமல் பார்த்துவிட்டு தெருவுக்கு வந்த என்னை நரசிம்மராவ் கூப்பிட்டுக் குசலம் விசாரித்தார். அவர் வீட்டு ரேழியில் தொங்கிய சரவிளக்கு, கிச்சா வீட்டு சரவிளக்கோடு ஒட்டிப் பிறந்த 'சயாமிஸ் டுவின்ஸ்' போல அச்சாக இருந்தது. நரசிம்மராவிடம் விசாரித்தபோது 'என் வீட்டு விளக்கை உடைச்சதுக்குப் பதிலாக கிச்சா ஒரு சரவிளக்கு வாங்கப் போன போது ஏதோ பரிசு கூப்பன் தந்தார்களாம். அது குலுக்கல்ல நாப்பதாவது பரிசு விழுந்ததாம். அதுல கிச்சாவுக்கும் இதே மாதிரி இன்னொரு சரவிளக்கு பரிசாகத் தந்தாங்களாம்' என்று கூறிவிட்டு உள்ளே போனார்.

என் காதில் கிச்சா பூ சுற்றியது புரிந்தது. இருந்தாலும், எனக்கென்னவோ இந்தியா ஒரு நாள் கிரிக்கெட் ஆடிய அழகைப் பார்த்ததில் நிஜமாகவே கிச்சாவை - அதிர்ஷ்ட கூப்பன் எதுவும் இல்லாமலேயே இந்திய டீமில் சேர்த்துக் கொள்வார்கள் என்றே தோன்றுகிறது.

•••

யோகாசன ரங்கு மாமா

ஏழு எட்டு மாதங்களுக்கு முன்பு ஒரு நாள், பக்கத்து காலனியில் உள்ள பொழுதுபோகாத நண்பர்கள் பிரைவேட்டாகப் போட்ட 'பிடிசாபம்' புராண நாடகத்தைப் பார்க்கப் போய் எக்கச்சக்கமாக மாட்டி கொண்டேன் நான். அதில் ரிஷியாக நடித்தவர் ஆரம்பத்திலிருந்து கடைசி ஸீன் வரை விடாமல் 'பிதி சாதம்' என்றே ஏக மழலையில் சபித்துக் கொண்டிருந்த இம்சை தாளாமல், ஒரு கட்டத்தில் சொல்லாமல் கொள்ளாமல் எகிறிக் குதித்து தப்பியோடி இரவு வீடு திரும்பினேன்.

வீட்டின் நடுக்கூடத்தில் பார்வையைச் செலுத்தினால்...!

பேந்தப் பேந்த விழித்தபடி ஒரு பிரமாண்டமான ரிஷி, பிரம்பு நாற்காலி கொள்ளாமல் பிதுங்கி வழியக் குந்திக் கொண்டிருந்தார்.

தாடையிலிருந்து தரைக்குத் தார் ரோடு போட்டது போல நீண்ட கருகரு தாடியோடு தேஜஸான தீவெட்டித்தடியன் கணக்கில் இருந்த அவர், என்னமோ சார்பட்டா பேட்டை ரவுடிக்குப் பிரும்மரிஷி மேக்கப் போட்டது போல சற்றே வித்தியாசமாக இருந்தார்.

பனிப்பிரதேசங்களில் காணப்படும் ஆதிமனிதனின் பாதம் சைஸுக்கு இருந்த அந்த ராட்சஸ ரிஷியின் இரண்டு கால்களும் (அது கால் அல்ல... முழுசு...) ஒரு வெள்ளித் தாம்பாளத்தை அடைத்தபடி பதிந்திருந்தன. என் மனைவி பெரிய பாத்திரத்தில் இருந்து அறுபத்திமூவர் நீர்மோர் விநியோகம் போல டம்ளர் டம்ளராகப் பாலை எடுத்துத் தர, என் வீட்டில் உள்ளவர்கள் க்யூவில் வந்து ஆளுக்கொரு டம்ளராக அதைக் கையில் வாங்கிக் கொண்டு, அந்தக் கடோத்கஜ பாதங்களை பாலால் அலம்பி பவ்யமாகப் பாத பூஜை செய்து கொண்டிருந்தார்கள்.

பாதபூஜையின் கிச்சுகிச்சு தாங்காமல் அவ்வப்போது கூச்சத்தால் கேலித்தன மாகச் சிரித்தபடி அருள்பாலித்துக் கொண்டிருந்தார் இதிகாச ரிஷி வேடம் போட்ட இடி அமீன் போல் இருந்த அவர்!

'இதென்ன கலாட்டா?' என்று விழித்த என்னைத் தரதரவென்று தனியே இழுத்துப் போய், 'இவரை அடையாளம் தெரியலையா?' என்று ரகசியமாக அவரது பூர்வாஸ்ரமப் பெயரைக் கூறினாள் என் மனைவி.

தாயாருக்கும் தாரத்துக்கும் நடந்த கோரமான யுத்தத்தில் ரிஷிகேசத்துக்கு விரக்தியில் ஓடிப்போன ரங்கு மாமாவின் கதையையும் சொன்னாள் என் மனைவி. போன இடத்தில் ரங்கு மாமா போட்ட சந்நியாசி ரோல் தோல் வியைத் தழுவ, கடைசியில் ஏதோ ஒரு 'கஜமுகபுஜகபூஷணானந்தாவின்' கையைக் காலைப் பிடித்துப் பல யோகாசனங்களைக் கற்றுக்கொண்டு வந்திருப்பதாகக் கூறினாள்.

சந்நியாசியாக ஆவதற்குப் பதினைந்து வருடங்கள் லோல் பட்டுவிட்டு பழையபடி சம்சாரியாகிவிட்ட ரங்கு மாமா, தற்சமயம் ஜீவனோ பாயத்துக்காக 'ரிஷிகேசத்தில் நான் போட்ட ஆசனங்களை சகாய விலையில் பெறுக இவ்வையகம்' என்ற ஒரளவு லாபகரமான பரோபகார சிந்தனையில் ஒரு யோகாசனப் பள்ளி ஆரம்பித்துள்ளதை தேவையில்லாத ஏற்ற இறக்கத்தோடு கூறினாள் என் தாரம்.

சற்றுத் தள்ளியிருந்தாலும், நாங்கள் பேசியதை சூசகமாகச் செவியாசனம் போட்டு ஒட்டுக் கேட்ட ரிஷி ரங்கு மாமா, என் மனைவி கூறியதை ஆமோதிப்பது போல தெய்வீகமாகத் தலை ஆட்டிவிட்டு என்னைப் பார்த்து 'நீயே கதி ஈஸ்வரி' ராகத்தில் தேம்பித் தேம்பி அழ ஆரம்பித்தார். டார்ஜான் ஆகிருதி குலுங்கிக் குலுங்கி அழுவதைக் காணச்சகியாமல், அவருடைய யோகா பள்ளிக்கு ஆள் சேர்த்து உதவி செய்வதாக நான் ஒப்புக் கொண்டேன். உடனே உற்சாகமடைந்த ரங்கு மாமா, எனது பேராதரவைப் பெறுவதற்காக மூர்மார்க் கெட் மோடிமஸ்தான் போல தனக்குத் தெரிந்த அத்தனை கோணல்மாணலான ஆசனங்களையும் பத்துப் பதினைந்து நிமிடங்களில் நடுக்கூடத்திலே போட்டுக் காட்டி, என் வீட்டுச் சின்னப் பசங்களை ஜோராகக் கைதட்டி விசிலடிக்க வைத்தார். உடம்பை ஒரேடியாக வளைத்து உள்ளங்காலை உள்நாக்கால் தொடும் 'பாதாதி கேசனாஆசனத்தை'யும் செய்து காட்டினார் அவர்.

மனைவியின் உறவென்று வந்த இந்த ரங்கு மாமா என்ற ரெண்டாங் கெட்டானை எப்படிச் சமாளிப்பது என்று நான் மவுனமாக மூளையைக் கசக்கி மனதுக்குள்ளேயே யோகாசனம் செய்து கொண்டிருந்தபோது, கிச்சா நினைவுக்கு வந்தான். ஒரு முறை இரண்டு வயது கூட நிரம்பாத தனது தம்மாத்துண்டு புத்திரியின் 'தையாத் தக்கா' பரதநாட்டிய அரங்கேற்றத்துக் காகக் கும்பலைக் கூட்டுமாறு என் பழைய ஆபீஸ் மானேஜர், தன் கையில் என் பிரமோஷனோடு என்னை ப்ளாக் மெயில் செய்தபோது, ஆபத்பாந் தவனாகக் கிச்சா அந்தப் பொறுப்பை எடுத்துக்கொண்டு மியூஸிக் அகாடமியில் ஒரு மகாமகம் அளவுக்குக் கும்பலைக் கூட்டிக் காட்டியது பளிச்சென்று எனக்கு நினைவுக்கு வந்தது.

உடனே நான் திருவல்லிக்கேணி சென்று ரங்கு மாமா பற்றி எச்சுமிப் பாட்டியிடம் சொல்ல, பொழுது விடிவதற்குள்ளாகவே பீச்சுக்குப் போய்

பீடி, சிகரெட் பிடித்துக் கெட்டுப் போகும் தன் பேரனின் ஆரோக்கிய நலன் கருதி எச்சுமிப் பாட்டி யோகா பள்ளியைத் தன் வீட்டு மொட்டை மாடியிலேயே நடத்திக் கொள்ளச் சம்மதித்தாள். பள்ளிக்கு இடம் தந்தவள், அதோடு நில்லாமல் தன் பேரன் கிச்சாவையும் அதில் சேருமாறு காதைத் திருகிக் கட்டளையிட்டு அவனுக்கு யோகாசனத்தை கம்பல்ஸரி எஜுகேஷனாகத் திணித்தாள்.

சிறு வயதிலேயே பள்ளிக்கூடம் என்ற வார்த்தையின் மீது ஏற்பட்ட பாகற்காய்க் கசப்பினாலும், தினமும் காலையில் நண்பர்களோடு பீச்சில் இருட்டு தம் அடிக்கும் சுதந்தரம் பறிபோன ஏக்கத்தாலும் வெகுண்டெழுந்த கிச்சா, தன்னைப் பலாத்காரம் செய்யும் பாட்டியின் மீது கொண்ட ஆத்திரத்தை அவளிடம் காட்ட முடியாத இயலாமையால் அதைச் சேகரித்து வைத்துக்கொண்டு இதற்கெல்லாம் மூலகாரணமாக தனக்குத் திடீர் வில்லனாக முளைத்த, இன்னும் அறிமுகம்கூட ஆகாத அந்த அப்பாவி ரங்கு மாமாவை ஜென்ம எதிரியாகப் பாவித்து அவருக்கு ஒரு முடிவு கட்ட தீர்மானித்தது அப்போது எனக்குத் தெரியாமல் போனது.

ஒரு சுபயோகாசன சுபதினத்தில் அதிகாலையில் கிச்சா வீட்டு மொட்டை மாடியில் ஜமக்காளம் விரித்து ரங்கு மாமாவின் யோகா பள்ளிக்கூடம் ஆரம்பமானது. முதல் கட்டமாக, ரங்கு மாமாவைப் பழிவாங்க கிச்சா எங்களோடு சேர்த்து யோகம் பயில்வதற்காகக் கூட்டி வந்த நாற்பத்தி இரண்டரை பேர் (நான்கு வயதில் ஒரு அரை டிக்கெட் சிறுவன்!) நொள்ளையும் சொள்ளையுமாக இருந்தார்கள். அதில் பத்துப் பேர் 'இனிமேலாவது இதுமாதிரி யோகா கீகா என்று செய்தால்தான் அட்லீஸ்ட் இறக்கும் போதாவது இளம் தொந்தியோடு லட்சணமாக சாகலாம்...' என்ற நப்பாசையில் பீடிங் வைத்தது போல் இடுப்பு மடிப்புகளும், பாயிலர் சைஸ் தொப்பை தொந்தியோடு, கதாகாலட்சேபம் கேட்க வரும் கிழங்களாக இருந்தார்கள். அடுத்த பத்துப் பேர் குதிகால் ஆணியில் ஆரம்பித்து கொலஸ்ட்ரால், பி.பி. என்று எல்லா நோய்களோடும் ஏற்கெனவே அறிமுக மான நோஞ்சான்கள். மீதி உள்ளவர்கள் 'புடலங்காய், யோகாவுல அப்படி என்ன இருக்கு. பாத்துடலாமே?' என்று கீரி - பாம்பு சண்டையைப் பார்க்கப் போகும் வேடிக்கை சுவாரஸ்யத்தில் வந்தார்கள்.

வீரியமான இளைஞர்களை எதிர்பார்த்து வந்த ரங்கு மாமாவுக்கு மொட்டை மாடியை அடைத்து நின்ற இந்த மோசமான கும்பலைப் பார்த்ததும் மறுபடி ரிஷிகேசம் போகும் அளவுக்கு விரக்தி ஏற்பட்டது. தன்னைச் சமாதானப் படுத்திக் கொண்டு, எல்லோரையும் வரிசைக்கு ஐந்து பேர் மேனிக்கு ரோ செய்து ஒழுங்காக நின்று ஒத்துழைக்குமாறு வேண்டிக் கொண்டார்.

அவர்களை வரிசைப்படுத்துகிறேன் பேர்வழி என்று நவராத்திரி கொலுப் படியில் பொம்மைகளை மாற்றி மாற்றி வைப்பது போல சகட்டுமேனிக்கு 'நீ இங்க வா, நீ அங்க போ.' என்று சாவகாசமாக கிச்சா வரிசைப்படுத்திக் கொண்டிருப்பதைப் பார்த்த ரங்கு மாமாவுக்கு 'இந்த அசட்டுக் கும்பல்

செட்டில் ஆவதற்குள் தனக்கு ஆயுசு முடிந்து விடுமோ' என்ற அச்சம் ஏற்பட்டது.

முதல் பாடமாக ரங்கு மாமா எல்லோரையும் கையைக் கூப்பியபடி 'ஓம்' என்று நாபிக் கமலத்திலிருந்து ஓசையை எழுப்பச் சொல்லிவிட்டு, பிறகு 'ஏன் சொன்னோம்' என்று வருத்தப்படவும் செய்தார். அதிகாலையில் நாஷ்டா துண்ணாமல் அவர்கள் எல்லோரும் காலி வயிற்றில் வந்திருந்ததால், அமிலம் சுரக்கும் அடிவயிற்றிலிருந்து ரங்கு மாமா சொன்னதுபோல மூச்சைப் பிடித்து 'ஓம்' சொல்ல ஆரம்பிக்க, அது, கேட்டவர்கள் வயிற்றைப் பிசையும் அளவுக்கு 'ஏவ்' என்று பசி ஏப்பமாக நாற்பது பேர் கோரஸில் நாராசமாக முடிவில் வெளிப்பட்டது.

இரண்டு கை விரல்களையும் இணைத்து நடுவில் இடைவெளி விட்டு அந்தத் தொண்டி வழியாக அண்ணாந்து சூரியனைப் பார்த்து நமஸ்காரம் செய்யும் அதிசுலபமான வித்தையை அடுத்ததாகச் செய்துகாட்டி, அவர்களைச் செய்யச் சொன்னார் ரங்கு மாமா. அங்கிருந்த நான்கு வயதுச் சிறுவனைத் தவிர, மற்ற அனைவரும் என்னமோ காதலனைப் பார்த்த காதலியின் சங்கோஜத்தில் பத்து விரல்களால் முகத்தை சுத்தமாக மூடிக்கொண்ட தோடல்லாமல், கீழே குனிந்தபடி 'சூரியன் எங்கே?' என்று சந்தேகம் வேறு கேட்டார்கள். தனக்கு வாய்த்த கேஸ்களை நினைத்து மனம் வெதும்பினார் ரங்கு மாமா. பத்தாக் குறைக்கு சூரிய நமஸ்காரம் செய்ய அவர்களுக்கு உதவி செய்ய விரும்பிய கிச்சா அவர்களின் விரல்களை ஏக சிக்கலில் இணைக்க, 'பட்படார்' என்று சொடுக்குப் போடும் சத்தம் காதைத் துளைத்தது. இதனால் எக்கச்சக்கமாக இணைந்த கைகளை ரங்கு மாமா பிரித்து விடுவதற்குள் சூரியனே அஸ்தமித்துவிட்டதால் வகுப்பு கலைந்தது.

மறுநாள் வஜ்ராசனத்தை அவர்களுக்குச் செய்து காட்டினார் ரங்கு மாமா. வரிசையின் பின்கோடியில் வஜ்ராசனம் பயின்ற கிச்சா பாலன்ஸ் தப்பி தனக்கு முன் இருந்த மணவாள ஐயங்கார் மீது குடை சாய, ஐயங்கார் நிலைகுலைந்து தன்பங்குக்கு முன்னே இருந்த மாருதிராவை முட்டித் தள்ள, வரிசையாக சீட்டுக் கட்டுப் போல வஜ்ராசனத்தில் இருந்த அந்த வரிசைக்காரர்கள் தலை குப்புறத் தரையில் விழுந்து, பாதி உட்கார்ந்த நிலையிலும் பாதி படுத்தவாக்கிலுமாக, ரங்கு மாமாவுக்கே தெரியாத ஒரு புது ஆசனத்தைப் போட்டார்கள்.

அந்த வரிசையின் முதலில் கோதுமை உருண்டை போல இருந்த கோபால்தான் இந்த தடம்புரண்ட வஜ்ராசனத்தால் கோலிக்குண்டு போல உருண்டு போய், நிகழ்ந்தது எதுவும் தெரியாமல் நிஷ்டையில் இருக்கும் ரங்கு மாமாவை மோதித் தள்ளி, அவரது முன் பல்லை வலி தெரியாமல் உடைத்தார்.

மறுநாள் தரையில் பிணம்போல் மல்லாக்காகப் படுத்து கை, கால்களை அகலமாக விரித்து ஆழ்ந்து மூச்சை இழுத்துவிட்டபடி உடம்பை லேசாக்கி அதற்கு ஓய்வு கொடுக்கும் சவாசனம்... இதற்காகக் காத்திருந்தது போல் அனைவரும் பாய், தலையணை போடாத குறையாக மல்லாக்க, குப்புற, ஒருக்களித்து என்று விதவிதமான போஸ்களில் படுக்க ஆரம்பித்தார்கள். கிச்சா

முதலில் குறட்டையை ஆரம்பித்து வைக்க, அது மெட்ராஸ்-ஐ போல அனைவருக்கும் பரவி, அடுத்த ஐந்தாவது நிமிடத்தில் அனைவரின் சேர்ந் திசையாக மாறிய ஆக்ரோஷமான குறட்டை சத்தம் தாங்காமல் திருவல்லிக் கேணியில் மட்டும் நிலநடுக்கம் ஏற்பட்டது. கிச்சா உட்பட பலர் சொப் பனத்தில் கண்ட காட்சிக்கு ஏற்ப கெக்கேபிக்கேவென்று சிரித்து ரீ-ஆக்ட் செய்யும் அளவுக்கு ஆழ்ந்து தூங்கி விட்டால், இனி என்ன செய்வது என்று புரியாமல் முழித்த ரங்கு மாமா கன்னத்தில் கைவைத்து சோகாசனத்தில் அமர்ந்தார்.

தலைகீழாக நிற்கும் சிரசாசன வகுப்பின்போது கிச்சா தனக்கு அருகில் தலைகீழாக நின்று ஏற்கெனவே ஊசலாடிக் கொண்டிருக்கும் மணவாள ஐயங் காரிடம், 'கோயிலில் ஆறாம் தேதி கருட வாகனம்' என்று செய்தி கூறினான். கோயில் டிரஸ்டியான ஐயங்கார், 'உளறாதே... கருடவாகனம் ஒன்பதாம் தேதிதான்' என்று கோபமாக மறுத்ததில் சிறிது கோணலாக, 'இல்லை சார், ஆறாம் தேதிதான். நீங்க தலைகீழா நிக்கறதால உங்களுக்கு இப்ப ஆறாம் தேதி ஒன்பதாம் தேதியாகத் தோணறது' என்று கூறி கிச்சா அவரை உசுப்பிவிட, ஆவேசமான ஐயங்கார் தன் பக்கத்து வெளவால் மாருதி ராவ் மீது பைசா கோபுரம் போல சாய, தலைகீழ் மனிதச் சங்கிலி போல இருந்த அனைவரும் தொப் தொப்பென்று விழுந்து, இனி சாப்பிடும்போது சாதாரணமாகச் சம்மணமிட்டு அமரும் ஆசனத்துக்குக் கூட லாயக்கில்லாத அளவுக்குச் சேதமானார்கள்.

இப்படியாக கிச்சா அடித்த லூட்டியால் 'யோகம் வருவதற்குள் தேகம் போய்விடும் போலிருக்கிறது' என்ற பயத்தில் ரங்கு மாமாவின் யோகாசனப் பள்ளியிலிருந்து சத்தம் போடாமல் விலகிக் கொண்டார்கள். தைரியமாக வந்த மீதி சிலரிடம், 'சொன்னா நம்ப மாட்டீங்க. இவ்வளவு ஆசனம் போடும் ரங்கு மாமாவுக்கு ஆசனவாயில் மூல உபத்திரவம். அவருக்கே இப்படீன்னா உங்க கதி?' என்று புரளி கிளப்பிவிட்டு அவர்களை வரவிடாமல் விரட்டி அடித்தான் கிச்சா.

திருவல்லிக்கேணி லேடீஸ் கிளப் கூட்டத்துக்கு இடம் தருவதாக முன்னா லேயே வாக்களித்துவிட்ட எச்சுமிப் பாட்டி என்னிடமும் கிச்சாவிடமும் 'கத்துண்டவரை போதும்' என்று காஷ்வலாகக் கூறிவிட்டு, மொட்டை மாடியைக் காலி பண்ணித் தருமாறு ரங்கு மாமாவிடம் கூற, 'ஆட்புரூட்டஸ்' பாணியில் எச்சுமிப் பாட்டியைப் பார்த்துவிட்டுப் படி இறங்கிப் போன ரங்கு மாமாவை அதற்குப் பிறகு நான் பார்க்கவில்லை.

யோகாசனப் பிடியிலிருந்து தப்பி பழையபடி சுதந்தரப் புருஷனான கிச்சா திருவல்லிக்கேணி பீச்சில், விட்டுப்போன 'திருட்டு தம்' வேள்வியை தொடங்கி வளையம் வளையமாகப் புகைவிட்டு அதன் நடுவே அம்புக்குறி செலுத்தும் அளவுக்குத் தேர்ச்சி பெற்றான்.

•••

ஏப்ரல் சுவாமிஜி

பள்ளிக்கூட நாட்களில் ஏப்ரல் ஒண்ணாம் தேதி வந்துவிட்டால் போதும். என்னமோ அறுவடைக்கு அரிவாளோடு தயாராகும் விவசாயி போல வீட்டை விட்டு ஏப்ரல் ஃபூல் ஏவுகணைகளோடு கிளம்பும் கிச்சா, தவழும் குழந்தையில் ஆரம்பித்து தள்ளாடும் தொண்டுக் கிழங்கள் வரை தராதரம் பார்க்காமல் கண்ணில் பட்ட இலக்குகளைக் குறிபார்த்து, அதில் கைக்கு எட்டும் தூரத்தில் இருப்பவர்களின் முதுகில் ஆவேசமாக இங்க்கை உதறித் தெளித்து அவர்களது டெரிலின் சட்டையைத் தெப்பமாக்குவான்.

அதேபோல் கைக்கு எட்டும் அளவுக்கு வசதியாக அருகில் வந்து ஈஷியபடி புறமுதுகுக் காட்டுபவர்களுக்கு இங்க் தெளித்தலோடு சேர்த்து இலவச இணைப்பாக 'ஏப்ரல் ஃபூல்' என்று பொறிக்கப்பட்ட பாதி உருளைக் கிழங்கால் ரகசிய ரப்பர் ஸ்டாம்ப் குத்தி, ஏப்ரல் முதல் தேதியைக் கொண்டாடுவான்.

இந்த ஏப்ரல் ஃபூல் ஆட்டத்தை அங்கிகரிப்பதோடு நில்லாமல், அதற்கு அனுசரணையாக எச்சுமிப் பாட்டி மெனக்கெட்டு, அழியாத தேர்தல் மசி டெக்னிக்கில், கண் சிமிட்டும் ஊதாப்பூ, கத்திரிப் பிஞ்சு ரசம், கனகாம்பரச் சாறு போன்றவற்றோடு சேர்த்துக் கொதிக்க வைத்து வடிகட்டி இங்க் தயாரித்துக் கொடுப்பாள். தனது தாத்தா கொடுத்த பன்னீர் சொம்பு சைஸ் ஃபவுண்ட்டன் பேனாவில் அந்த இங்க்கைத் தளும்பத் தளும்பப் போட்டு நிரப்பிக் கொள்வான் கிச்சா. ஒரு காலத்தில் கிச்சாவால் இங்க் ஸ்நானம் செய்யப்பட்டவர்கள் சிலர், இன்றும் அதற்கு அடையாளமாகப் பின்கழுத்து, புறங்கை போன்ற பகுதிகளில் மேப்பில் தெரியும் இலங்கை, லட்சத்தீவுகள் வடிவங்களில் நீலநிற மச்சங்களோடு திருவல்லிக்கேணியில் நடமாடுவதைப் பார்க்கலாம். பால் பாயிண்ட் பேனா கண்டுபிடிக்கப்பட்டதே கிச்சாவின் இந்த ஏப்ரல் தாக்குதலைத் தடை செய்வதற்காகத்தான் என்று பாதிக்கப் பட்டவர்கள் பேசிக்கொள்ளும் அளவுக்குக் கிச்சா அவர்களது எல்லா கலர் சொக்காய்களையும் நீலநிற யூனிஃபார்ம்களாக்கி இருக்கிறான். இவ்வளவு ஏன், ஒருமுறை சென்னைக்கு விஜயம் செய்த எலிசபெத் ராணி பீச் வழியாக காரில் வேகமாகப் பவனி செல்லும்போது, வேடிக்கை பார்ப்பது போல

பாவ்லா காட்டி, பளிச்செ்ன்று கில்லாடி வேலையாக வேகமாக செக்யூரிட்டிக்குக் கூடத் தெரியாமல் தனது பேனாவை உதறி, மகாராணியின் ஸ்கர்ட்டில் ஒரு சின்ன நீலப்புள்ளியைத் தெளித்து, எலிசபெத் ராணியையே ஏப்ரல் ஃபூலாக்கியிருக்கிறான் கிச்சா!

மேலும் கிச்சாவின் உருளைக்கிழங்கு 'A.F. ஸீல்' அதிரடித் தாக்குதலுக்குப் பயந்து எப்படியோ கஷ்டப்பட்டு கழுத்தைத் திருப்பி முதுகில் ஒரு கண் வைத்துப் பார்த்தபடி கறாராகச் செல்லும் முன்ஜாக்கிரதை முத்தண்ணாக்களை, எச்சுமிப் பாட்டி கூப்பிட்டுத் திண்ணையில் உபசாரமாக அமரவைத்து, பேச்சுக் கொடுத்து அவர்களைப் பலவீனமாக்கும் சமயத்தில், ஒளிந்து கொண்டிருந்த தூண் மறைவிலிருந்து நரசிம்மாவதார வேகத்தில் கிச்சா ஓடிவந்து 'ஏப்ரல் ஃபூல்' என்று 'வெற்றிவேல் வீரவேல்' பாவனையில் உரக்கக் கத்தியபடி, அவர்களுக்கு முதுகில் வாயுப் பிடிப்பு ஏற்படும் அளவுக்கு உருளைக்கிழங்கு ரப்பர் ஸ்டாம்ப்பால் ஓங்கி கும்மாங்குத்துக் குத்திவிட்டு ஓடிவிடுவான்.

இப்படி பள்ளி நாட்களில் ஏப்ரல் ஒண்ணாம் தேதியை இங்க், உருளைக் கிழங்கு என்று ஸ்மால் ஸ்கேலில் கொண்டாடிய கிச்சா, இப்போதும் அந்த வக்கிரப் பழக்கத்தை விடவில்லை.

கடைசியாக சென்ற ஆண்டு ஏப்ரலில் கிச்சாவின் இந்த 'ஏ.எஃப்.' விளையாட்டு வினையில் முடிந்தது.

இந்தியாவில் இன்று முட்டாளாகும் வாய்ப்பு பல வழிகளில் சுலபமாகக் கிடைத்தாலும், சாமியார்களிடம் பலி ஆடு போல மக்கள் ஏமாறுவதைக் கண்டுகொண்ட கிச்சா, போன வருட ஏப்ரல் முதல் தேதிக்குப் போலிச் சாமியார் வேடம் போட்டு சென்னை மாநகரத்தையே தன் வீட்டுக்கு வரவழைத்து விபூதி பிரசாதப் பொட்டலத்தில் ஏப்ரல் ஃபூல் எழுதிக் கொடுத்து அவர்களை முட்டாளாக்க முடிவு செய்தான்.

சாமியார் அந்தஸ்தைப் பெறுவதற்காக ஜனவரி மாதத்திலேயே ஆயத் தங்களை ஆரம்பித்த கிச்சா, அந்த மாதம் முழுவதும் கலைந்த தலை, கிழிந்த வேட்டியோடு 'காயமே இது பொய்யடா' பார்வையோடு ஒரு கோர்வை இல்லாத தாறுமாறான பேச்சோடு திரிய ஆரம்பித்தான். வேளைகெட்ட வேளைகளில் கோயில், கண்ணம்மாபேட்டை மயானபூமி போன்ற இடங்களில் கஷ்டத்தைப் பார்க்காமல் கண்ணை மூடி நிஷ்டையில் அமர்ந்து ஜபம் செய்வது போல நடித்துத் திருவல்லிக்கேணிவாசிகளிடம் தனது இமேஜை வளர்த்துக் கொள்ளப் படாதபாடு பட்டான்.

கோயில் சக்கரத்தாழ்வார் சந்நிதியில் கும்பலான சமயத்தில் டிஸ்கோ வெறியில் சாமியாடிவிட்டுப் பிறகு சாந்தமாக அமர்ந்து,

'பகுநந்தமுகுந்தன பாஷ்பூர யதாயதா கிருஷ்ணாய மோகினி பக்தவத்சலாய பேரி ஸேவித பாகிமாம்...'

என்று வாய்க்கு வந்ததைக் கண்களில் தாரைதாரையாக நீர்பெருகக் கூறிவிட்டு, வேடிக்கை பார்ப்பவர்களை விகல்பமில்லாமல் பார்த்து, 'ஒண்ணுமில்லை குழந்தைகளா, பெருமாளோட சித்த நேரம் சமஸ் கிருதத்துல சம்பாஷிச்சேன்' என்று கூறி, பிப்ரவரியிலேயே தன் ஏப்ரல் இமேஜுக்குப் பூர்வாங்கமாகப் பீடிகைகள் போட்டான். இதன் பலனாக, 'சந்தேகமில்லாமல் இவன் சித்தபுருஷன்தான்' என்று திடமாகப் பலர் அங்கீகரித்து காலில் விழுந்து கும்பிட்டுக் கற்பூரம் காட்டினார்கள்.

உச்சகட்டமாக நாடகக் குழுவைச் சேர்ந்த மயிலாப்பூர் குட்டை கோபியை ஆபீஸுக்கு லீவு போடச் சொல்லி, பாலயோகி மேக்கப்பில் நான்கு நாட்கள் திருவல்லிக்கேணியில் நடமாட விட்டான். சாதாரணமாகவே ஓரளவுக்குக் குருவாயூர் கிருஷ்ணரைப் போலத் திவ்ய தேஜஸில் இருக்கும் குட்டை கோபி, பாலயோகி வேடத்தில் ஜொலித்துப் பலரைப் பக்தர்களாக வசீகரித்தான். ஏற்கெனவே கிச்சாவால் ஒரு வாரம் ரிகர்சல் கொடுக்கப்பட்ட குட்டை பாலயோகி கோபி, கிச்சா காட்டிய சிலர் வீடுகளில் எதேச்சையாக நுழைந்து அவர்களிடம், 'நீ இன்னார், உனக்கு இங்கெல்லாம் மச்சம் உண்டு, உனக்கு பிரமோஷன் கிடைக்கும், ஓடிப்போன உன் மகன் உடனே வருவான்...' என்று அவர்களது பர்சனல் விஷயங்களைப் பிட்டுப் பிட்டு வைக்க, எல்லோரும் பிரமித்துப் போனார்கள்.

மூன்றாவது நாளன்று சந்தடியான மார்க்கெட்டில் பாலயோகி கோபி தடாலென்று அங்கு வந்த கிச்சாவின் காலில் விழுந்து, சொல்லிக் கொடுத்த படி, 'கிச்சாஜி, என்னை ஷமிக்கணும். என்னோட அகந்தை அகன்றது. மன்னிக்கணும். நீங்க இருக்கிற இடத்துல இந்த அல்பயோகி நான் வந்தது மகா பாவம். இந்தாங்கோ...' என்று கூறிவிட்டுத் தன் கையில் இருந்த தண்டம், கமண்டலத்தைக் கிச்சாவிடம் ஒப்படைத்து விட்டு, 'கிச்சாஜி, நான் வந்த காரியம் முடிஞ்சுடுத்து...' என்று இருபொருள்படப் பேசிவிட்டு ஓடினான். மகானைப் பார்ப்பது போல, மார்க்கெட்டே கிச்சாவைப் பார்த்தது. பாலயோகியே பாராட்டிய கிச்சாவை 'கிச்சாஜி' என்று பவ்யமாக அழைத்து, அந்தஸ்து அளித்தார்கள்.

மார்ச் மாதக் கடைசியில் 'கிச்சாஜி' ஆன கிச்சா, தன் வீட்டுத் திண்ணையில் இன்னமும் உறுமல் லேசாகக் கேட்கும் அளவுக்கு முழுத் தலையோடு அப்படியே பதப்படுத்தப்பட்ட, பக்தர்தந்த ஒரு பிரமாண்டமான புலித்தோல் ஆசனத்தில் அமர்ந்து, ஏப்ரல் முதல் தேதி தரிசனத்துக்குத் தயாரானான்.

முதல் தேதி. கும்பலை மெய்சிலிர்க்க வைக்கத் தனது நண்பன் மாஜிக் மகா தேவனின் டிரெய்னிங்படி, தொளதொள ஜிப்பா, கையில் ஒளித்து வைக்கப் பட்ட விபூதி, குங்குமப் பொட்டலங்களை அந்தரத்தில் எடுப்பது போல வரவழைத்துத் தந்து, வீட்டுக்குப் போய்ப் பிரித்தால் தாங்கள் முட்டாளானதைப் புரிந்து கொள்ள, பொட்டலத்தில் 'ஏப்ரல் ஃபூல்' வாசகத்தை எழுதி வைத்தான்.

அங்கேயே பிரித்த ஒரு சிலர் 'ஏப்ரல் ஃபூல்' வாசகத்தை 'அஹம் பிரம்மாஸ்மி' போன்ற கிச்சாஜி ஸ்டைல் மகா வாக்கியமாக எடுத்துக்கொண்டு, கிச்சா எதிரிலேயே பத்மாசனத்தில் அமர்ந்து, அவனை எழுந்திருக்கவிடாமல் செய்து பகல் முழுவதும் பரவசமாக ஜபித்தார்கள். அதில் ஒரு சிலருக்கு 'ஏப்ரல் ஃபூல்' ஜபத்தினால் நிஷ்டை கூடி ஜோதி தெரிய ஆரம்பித்தது.

குழந்தை பிறக்காத குறையைக் கூறி ஒப்பாரி வைத்து கிச்சா காதில் ரகசியமாக அழுத தம்பதியின் தலைவேதனை தாங்காமல் 'தீர்க்க கர்ப்பிணி பவ' என கிச்சா ஆசீர்வதிக்க, வேண்டிக் கொண்ட அந்தப் பெண்மணி அந்தக் கணமே அங்கே வாந்தியெடுக்க, கிச்சாஜியின் மகிமையைக் கண்டு கும்பல் ஆரவாரம் செய்தது. ஒரு கட்டத்தில் விபூதிப் பொட்டலம் 'ஸ்டக் அப்' ஆகி மாட்டிக்கொண்டு கிச்சா திண்டாட அதற்குள் விபூதி கேட்டு வந்தவர் 'சாமீ, மன்னிச்சுடுங்க. உங்களை நம்பாம சோதனை பண்ண வந்தேன். அதைச் சுசகமா புரிஞ்சுண்டு விபூதி தராம என்னை ஓரங்கட்டிட்டீங்களே...' என்று கிச்சாவின் பாதத்தில் முட்டி அழுதபடி விரல் நகங்களைப் பேர்த்தெடுக்க ஆரம்பிக்க, வேதனை தாங்காமல் கிச்சா கையை வேகமாக ஆட்ட, ஓட்டையான டெலிபோன் பூத்திலிருந்து தட்டினால் கொட்டும் சில்லறை போல பொட்டலம் பொட்டலமாக விபூதி கொட்டியது.

'சாமி மன்னிச்சுட்டா...' என்று சந்தோஷத்தில் ஊளையிட்டபடி, சதிர் தேங்காய் பொறுக்குவது போல விபூதிப் பொட்டலங்களை எடுக்க நான்... நீ... என்று கிச்சா மீது கும்பல் விழுந்து புரண்டு அவனைத் துவம்சம் செய்தது.

'இந்த வேஷம் ஏப்ரல் ஃபூலாக்க நான் ஆடிய நாடகம்' என்று பல தடவை சொல்ல முயன்ற கிச்சாவை, கும்பல் பேசவிடாமல் 'ஏப்ரல் சுவாமிஜி' என்று புதிய நாமகரணம் செய்து அழைக்க ஆரம்பித்துவிட்டது.

ஆரம்ப அதிர்ஷ்டமாக, முதல் இரண்டு நாட்கள் கிச்சா உளறிக் கொட்டிய தெல்லாம் உண்மையாகப் பலித்ததால், சாமியார் கோலத்தைத் தொடர வேண்டிய துர்ப்பாக்கியம் அவனுக்கு ஏற்பட்டது.

எவ்வளவு மறுத்தும் காதில் போட்டுக் கொள்ளாமல் பக்தர்கள் தாங்கள் வேண்டிக் கொண்ட பிரார்த்தனையை நிறைவேற்றும் வெறியில் கிச்சாவை அமர வைத்து ஆசை தீர பால், தயிர், பஞ்சாமிர்தம் என்று குடம் குடமாக அபிஷேகம் செய்ததில், பத்தே நாட்களில் கிச்சாவின் தலைமுடி ப்ளீச் செய்யப்பட்ட துடைப்பக்கட்டை போல கலர் கலராக விறைத்து நின்றது.

'சாமிக்குப் பசியே கிடையாது' என்று பக்தர்களே முடிவு செய்து, கிச்சாவைக் கொலைப் பட்டினியாக நிற்க வைத்து, காபிக்குப் பதிலாகத் துளசி தீர்த்தமும் சாம்பார், ரசம், மோர் சாப்பாட்டுக்குப் பதிலாக அவல், பொரி மாவு, பச்சையாக அகத்திக்கீரை என்ற மெனுவை வலுக்கட்டாயமாகத் தந்து கிச்சாவை நாலே நாளில் கிழிந்த பாயாக்கினார்கள்.

தினமும் இரவு இரண்டு இரண்டரை மணிக்குத் தரிசனம் முடிந்து கிச்சாவைத் தூங்க அனுமதிக்கும் பக்தகோடிகள், அவன் முதல் கொட்டாவி விட்டு

முடிப்பதற்குள் அவன் பெயரில் லோக்கல் தமிழ்ப் புலவர் எழுதிய சுப்ரபாதத்தைக் கர்ணகடூரமான குரலில் பாடி எழுப்பிப் பிராணனை வாங்கினார்கள். நாள் ஆக ஆக, வாசலில் கட்டை கட்டி க்யூவில் விடும் அளவுக்குக் கும்பல் ஏற, கிச்சா பொதுச் சொத்தானான்.

இதற்குள் காசி, பத்ரிநாத் என்று இரண்டு மாத யாத்திரை போய்த் திரும்பிய எச்சுமிப் பாட்டியோ இந்தக் கூத்தையெல்லாம் பார்த்துவிட்டு முதலில் கோபப்பட்டாலும் வாசலில் பக்தர் ஒருவர் வைத்த உண்டியலில் குவியும் சில்லறை வேகத்தைப் பார்த்துப் பூரித்துப் போய், உட்கார்ந்த இடத்தில் சம்பாதிக்கும் பேரனை மனசுக்குள் வாழ்த்தி விட்டு, மற்றவர்களுக்காக அவளும் அவனை 'மகான்' என்றே அழைக்க ஆரம்பித்தாள்.

பக்தர்களின் இம்சை தாங்காமல் உயிர் போகும் நிலையில் ஒரு நாள் இரவு எச்சுமிப் பாட்டிக்கு மட்டும் சொல்லிவிட்டுத் தப்பியோடி வந்து, என் வீட்டில் பத்துப் பதினைந்து நாட்கள் தலைமறைவாக இருந்தான் கிச்சா. பிறகு ஓரளவு தைரியம் வரவழைத்துக் கொண்டு, தாடி மீசையை வழித்து விட்டு படு ஸ்டைலாக - அடையாளம் தெரியாத அளவுக்கு டிரஸ் செய்து கொண்டு திருவல்லிக்கேணிக்குப் போன கிச்சா, அங்கு சுவர்களில் ஒட்டிய பழைய போஸ்டர்களைப் பார்த்து அதிர்ச்சியடைந்தான்.

போஸ்டரில்... தனது கிச்சாஜி கோலத்துப் படம். கும்பலைக் கட்டுப் படுத்துவதற்காகவும் உண்டியல் கலெக்ஷனைப் பராமரிப்பதற்காகவும் எச்சுமிப் பாட்டி வேலைக்கு அமர்த்திய சேப்பாக்கம் ஐபமணி, 'மகா சமாதிக்காக வடக்கே சென்றுவிட்ட கிச்சாஜி இனி வரமாட்டார் என்பதை வருத்தத்துடன் பக்தகோடிகளுக்குத் தெரிவித்துக் கொள்கிறேன். இங்ஙனம்...' என்று தன் பெயரைப் போட்டு, மேற்கொண்டு தகவல் களுக்குத் தண்டையார்பேட்டை அட்ரஸ் ஒன்று தந்திருந்தான்.

ஆவலோடு தண்டையார்பேட்டைக்குப் போன கிச்சா, அங்கு ஒரு ஓட்டு வீட்டுத் திண்ணையில் 'ஐஉனியர் கிச்சாஜி சுபமணிஜி' என்று போர்டு போட்டுக் கொண்டு பக்த 'நூறு'களுக்கு விபூதி, குங்குமம் தந்து, அவர்களை 'மே (May)' முட்டாளாக்கிக் கொண்டிருப்பதைப் பார்த்து, இந்த மக்களை நினைத்து அழுவதா சிரிப்பதா என்று புரியாமல், முதல்முறையாக அவனையும் அறியாமல் மகரிஷி கணக்கில் சிரிப்பைச் சிரித்தான்.

•••

சிசு-வதா சித்ரவதா!

கிச்சா வீட்டு வாசலில் நிறுத்தியிருந்த மாருதியை வாயைப் பிளந்தபடி பார்த்துவிட்டு உள்ளே நுழைந்த நான், வீட்டின் நடுக்கூடத்தில் கழுத்தில் டை சகிதம் கோட்டு, சூட்டு அலங்காரத்தில் வெத்து சிகரெட் பைப்பை ஸ்டைலாக வாயில் கடித்தபடி உட்கார்ந்திருந்த கிச்சாவின் பந்தாவைக் கண்டு ஆச்சரிய மடைந்தேன். அடுத்த சில விநாடிகளில் உள்ளிருந்து தடுக்கு வேட்டி-கம்-தொப்பை தெரியும் குட்டை சொக்காய் அணிந்து மஃப்டியில் மற்றொரு கிச்சா வந்தான்! பத்தாத குறைக்குப் பவளக்கொடியாக உள்ளிருந்து வந்த இரண்டாவது கிச்சாவைத் தொடர்ந்து மூன்றாவதாக 'டிட்டோ' கிச்சாஜாடையில் நான்கு வயது ரெட்டைவால் ரெங்குடு ஓடிவந்தபோது 'மூன்றுக்குமேல் எப்போதும் வேண்டாம்' என்று கத்தவேண்டும் போல் இருந்தது!

கேமரா ட்ரிக்கில் மட்டுமே சாத்தியமாகக்கூடிய கிச்சாவின் இந்த ட்ரிபிள் ஆக்ஷன் காட்சியை நேருக்கு நேர் பார்த்த பாதிப்பால் கட்-அவுட் உயரத்துக்கு எனது புருவங்கள் உயர்ந்து போய்விட்டன!

நான் முதலாவதாகப் பார்த்த கோட்டு சூட்டுக்காரரை, கிச்சாவின் பெரியப்பா பையன் நாச்சா என்கிற நாராயணசாமி என்றும், இரண்டாவது, மூன்றாவதாக வந்த கிச்சாக்களில் மஃப்டி கிச்சாவை அசல் ஐ.எஸ்.ஐ. கிச்சா என்றும், ரெட்டை வாலை, நான் முதன்முதலாகப் பார்த்த நாச்சாவுக்கு மூன்றாவதாகப் பிறந்த கடைக்குட்டிப் பாச்சா என்கிற பாஸ்கர் என்றும் 'விசுத்தனமாக' அறிமுகக் குழப்பம் செய்து, என்னைப் பாயைப் பிறாண்ட வைத்தாள் எச்சமிப் பாட்டி!

ஒரு பெரிய கம்பெனியில் சேல்ஸ் மேனேஜராக உத்தியோகம் பார்க்கும் நாச்சா என்கிற நாராயணசாமி, டிரான்ஸ்ஃபர் என்ற பெயரில் இந்தியா மேப்பில் இல்லாத ஊர்களுக்கெல்லாம் துரத்தியடிக்கப்பட்டு அங்கெல்லாம் கர்மசிரத்தையாக வேலை செய்துவிட்டுத் தற்சமயம் மாற்றலாகி சென்னைக்கு வந்திருக்கிறார். தன்னுடைய மகன் பாச்சாவின் எல்.கே.ஜி. அட்மிஷனுக்காக சென்னையில் நாயாக அலைந்து ஸ்கூல் ஸ்கூலாக ஏறி இறங்கியதில், ஆபீஸ் டிரான்ஸ்ஃபரே தேவலாம் போல ஆகிவிட்டது நாச்சாவுக்கு. பாச்சாவை எப்பாடுபட்டாவது சென்னையில் பிரபலமாக இருக்கும் ஃபைவ்-ஸ்டார்

பள்ளிக்கூடமான 'சிசு-வதா' சீனியர் செகண்டரி ஸ்கூலில் சேர்க்க ஆசைப் பட்ட நாச்சா, தனக்குத் தெரிந்த முன்னாள், அந்நாள், இந்நாள் எம்.எல்.ஏ., எம்.பிக்களைப் பார்த்தார். 'முதல்வரிடம் கூறி ராஜ்யசபாவில் வேண்டு மானால் உங்கள் பிள்ளைக்கு ஸீட் வாங்கித் தருகிறோம், சிசு-வதாவில் மட்டும் அட்மிஷன் கேட்காதீர்கள்' என்று எல்லோரும் ஏகமனதாகக் கையை விரித்துவிட்டார்கள். குறுக்குவழியில் சேர்க்கலாமென்றால் பள்ளி நிர்வாகிகள் சீர்-செனத்தி, வரதட்சணை லெவலில் டொனேஷன் கேட்கத் தொடங்கினார்கள்!

எனவே, மகனின் அதிர்ஷ்டத்தில் நம்பிக்கை வைத்து அப்ளிகேஷன் ஃபார்ம் வாங்கிப் பள்ளிக்கூடத்தில் சேர்க்கும் நியாயமான முயற்சியில் இறங்கிய நாச்சாவை இந்தச் சமயம் பார்த்து கம்பெனியில், ஒரு கான்ஃபரன்ஸில் பங் கேற்க லண்டனுக்குப் போகுமாறு கண்டிப்புக் கட்டளையிட்டு விட்டார்கள்.

அப்ளிகேஷன் ஃபார்ம் வாங்குவதில் ஆரம்பித்து ஃபீஸ் கட்டுவது வரை குழந்தைகளின் பெற்றோர், அதிலும் குறிப்பாக, அப்பா கூடவே இருந்தால் தான் சிசு-வதாவில் பிள்ளைகளைச் சேர்த்துக் கொள்வது வழக்கம். இதனால், தான் ஊரில் இல்லாதபோது தனது மகன் பாச்சாவுக்குத் தாற்காலிகத் தந்தையாக நடிக்கத் தன்னைப் போலவே இருக்கும் கிச்சாவை வற்புறுத்திச் சம்மதிக்க வைக்கவே தற்சமயம் நாச்சா திருவல்லிக்கேணி வந்துள்ளார். இதற்கு எச்சுமிப் பாட்டியின் அங்கீகாரமும் கிடைத்துவிடவே களத்தில் இறக்கப் பட்டான் கிச்சா!

முதல் காரியமாக மேக்கப் எத்திராஜை விட்டு கிச்சாவுக்கு கோட்டு, சூட்டு, டை, நரைத்த தலை என்று நாச்சாவின் வேஷம் போடப்பட்டது. 'மாமா' என்று கிச்சாவை அழைத்துப் பழக்கப்பட்ட சிறுவன் பாச்சாவை, 'அப்பா' என்று சொல்ல வைப்பதற்குள் எச்சுமிப் பாட்டிக்குப் போதும் போதும் என்றாகிவிட்டது. 'மாமா', 'அப்பா' என்று மாறி மாறிச் சொல்லிக் கொண்டிருந்த அவன், ஒரு கட்டத்தில் கிச்சாவை 'மாமாப்பா' என்று சொல்லும் நிலையில் செட்டில் ஆகிவிட்டான்!

அப்ளிகேஷன் ஃபார்ம் வாங்க சிசு-வதா ஸ்கூலுக்குச் சென்ற கிச்சா, அங்கு வாசலில் இருந்த வாட்ச்மேனிடம் அதுபற்றி விசாரிக்க, அவர் கிச்சாவைத் தரதரவென்று இழுத்துப் போய் 'அங்கே பார்' என்று காட்ட, அவர் காட்டிய இடத்தில் திருப்பதி தர்மதரிசனம் க்யூவைப் போல, அப்ளிகேஷன் ஃபார்ம் வாங்க அப்பாக்கள் க்யூவில் கால்கடுக்க நின்றுகொண்டிருந்தனர்.

இப்படி க்யூவில் நிற்பதைத் தவிர்க்க எண்ணிய கிச்சா, சுற்றும்முற்றும் பார்த்துவிட்டு வாட்ச்மேனிடம் ரகசியமாக 'சினிமா தியேட்டர் மாதிரி பிளாக்குல அப்ளிகேஷன் ஃபார்ம் கிடைக்குமா...?' என்று கேட்க, தீயை மிதித்தவர் போல வெகுண்டெழுந்த வாட்ச்மேன், கிச்சாவைப் பார்த்து 'நீயெல்லாம் படிச்ச ஆளா?' என்று பதிலுக்குக் கேட்டார்! கிச்சா நாக்கைக் கடித்துக் கொண்டு சுதாரித்தபடி, க்யூவில் தனக்கு முன்னிருந்த அப்பாவிடம் 'அப்ளிகேஷன் ஃபார்ம் எப்போ தருவாங்க?' என்று கேட்க, அதற்கு அவர் 'என்னிக்குத் தருவாங்கன்னு கேளுங்க சார். நான் முந்தா நேத்துலேந்து நிக்க றேன்...' என்று கூறி கிச்சாவை மிரள வைத்தார்.

அப்ளிகேஷன் ஃபார்முக்காக க்யூவில் நாள்கணக்கில் நிற்பவர்களுக்காக அவரவர் வீட்டிலிருந்து சாப்பாடு, காபி, டிபன் என்று வந்து வந்து போய்க் கொண்டிருந்ததைப் பார்த்த கிச்சாவுக்கு நாக்கில் ஜலம் ஊறியது! இது போதாதென்று பல் தேய்த்து வாய் கொப்பளிப்பது, பெட்ஷீட் விரித்துப் படுப்பது, பக்கெட் தண்ணீரில் மொண்டு மொண்டு குளிப்பது போன்ற விவகாரங்களைக்கூடச் சிலர் கூச்சமில்லாமல் க்யூவிலேயே நடத்திக் கொண்டிருப்பதைப் பார்த்த கிச்சாவுக்கு 'இப்படி ஒரு படிப்பு பாச்சாவுக்குத் தேவைதானா?' என்று தோன்றியது!

மறுநாள் காலை சுமார் ஏழு மணிக்கு வெறித்தனமாக ஓடிவந்த வாட்ச்மேன், 'கோட்டையை எதிரி நாட்டு மன்னன் முற்றுகை இட்டுவிட்டான்' என்ற ரீதியில் அப்ளிகேஷன் ஃபார்ம் கொடுக்கப் போவதைப் புரளி கிளப்பி விடுவது போல பரபரப்பாகக் கூறி, ஓய்ந்து கிடந்த க்யூவை உசுப்பிவிட்டார். உணர்ச்சிவசப்பட்ட அப்பாக்கள் அங்குமிங்கும் ஓடியதில் ஒழுங்காக இருந்த க்யூ, ஆர், எஸ், டி, யூ என்று இஷ்டத்துக்கு வளைந்து சிதறிக் கச்சடாவாகியது. அடிதடி க்யூவில் எப்படியோ இடம்பிடித்து 'அன்பே வா', 'அடிமைப் பெண்' படங்களை ரிலீஸான முதல் நாளிலேயே முதல் காட்சி பார்த்த அனுபவ சாலியான கிச்சா, வாட்ச்மேன் கிளப்பிய ரகளையை வாகாகப் பயன்படுத்திக் கொண்டு, 'தே... சீ... கசமாலம் நவுரு... பகுள்ள குத்துவேன்... சாவுக்கிராக்கி...' என்றெல்லாம் வீரவசனம் பேசி ஸ்கூல் அட்மிஷன் க்யூவில் இந்த வசனங்களை சற்றும் எதிர்பாராத அப்பாக்களைத் திகைக்க வைத்து க்யூவில் முண்டியடித்து முன்னேறி, எல்லோரும் கைவிட்ட கௌண்ட்டருக்குள் லாகவமாகத் தலையை விட்டு நுழைத்து முதல் அப்ளிகேஷன் ஃபார்மை வாங்கினான்!

அவசர அவசரமாக கோழிக் கிறுக்கலில் அப்ளிகேஷன் பாரத்தைப் பூர்த்தி செய்த கிச்சா, சுமார் ஏழு மணி நேரம் இன்னொரு க்யூவில் நின்று, கௌண்ட்டரை அடைத்தபடி குந்தியிருந்த பிரமாண்டமான டீச்சரிடம் அப்ளிகேஷனை ஒப்படைத்தான். பிரமாண்டமான உருவத்துக்குத் துளிக்கூடச் சம்பந்தம் இல்லாத சன்னமான கீச்சுக்குரலில் அந்த டீச்சர் நாளை மறுநாள் இன்டர்வியூவும் டெஸ்ட்டும் இருப்பதாகக் கூற, 'பையனை (பாச்சா) அதுக்குள்ள தேத்தி வுட்டுடறேன்' என்று பெருமையாக கிச்சா மார்தட்ட, பதிலுக்கு அந்த டீச்சர் ஒரு மாதிரி கிச்சாவைப் பார்த்து, 'மிஸ்டர்... இன்டர்வியூவும் டெஸ்ட்டும் பையனுக்கு இல்லை... உங்களுக்குத்தான்' என்று கூறி சாடிஸ்ட்டிக்காக ஒரு புன்னகை புரிந்தாள். க்யூவில் பொழுதுபோகாமல் தடிதடியான புத்தகங்களைப் படித்துக் கொண்டிருந்த அப்பாக்கள், வரப்போகும் பிள்ளைகளின் எல்.கே.ஜி. அட்மிஷனுக்காகத் தங்களைத் தயார்செய்து கொண்டிருந்தார்கள் என்பது அப்போதுதான் கிச்சாவுக்குப் புரிந்தது!

இன்டர்வியூ மற்றும் டெஸ்ட்டுக்காக கிச்சா இரண்டு நாள்கள் தலைகீழாக டி.ஸி.பி.ஏ என்று சொல்லிப் பார்ப்பது, வாய்ப்பாடு ஒப்பிப்பது, நர்ஸரி ரைம்ஸ் பாடிப் பழகுவது என்று தன்னைத் தயார் செய்துகொண்டான். அடிஷன், சப்ஸ்ட்ராக்ஷன் கற்றுக்கொள்ள பக்கத்துத் தெரு பத்மனாப ஐயங்காரோடு கம்பைண்ட் ஸ்டடி செய்தான்.

குறிப்பிட்ட நாளன்று இன்டர்வியூவுக்கு அப்பா நாச்சா கோலத்தில் கிச்சா, பையன் பாச்சாவோடு கிளம்பினான்.

முதலில் பாச்சாவை இன்டர்வியூ செய்த தக்காளி பிரின்ஸிபாலினி அவனிடம் 'எங்கே ஏ,பி,சி,டி சொல்லு பார்க்கலாம்...' என்று நைச்சியமாகக் கேட்க, சிங்கராச்சாரி தெரு சகவாசத்தால் அழுகும் அளவுக்குப் பிஞ்சிலேயே பழுத்த பாச்சா, பட்டென்று எழுந்து நின்று, 'ஏ,பி,சி,டி உன் அப்பன் தாடி... வாடி... போடி... லண்டன் லேடி...' என்று கூறி கிச்சாவின் மானத்தை வாங்கினான்!

பாச்சாவைக் குரோதத்தோடு பார்த்த அந்தத் தக்காளி லேடி, ஒரு தனியறைக்குக் கிச்சாவை அழைத்துச் சென்று இன்டர்வியூவைக் காட்டமாக ஆரம்பித்தாள். எத்தியோப்பியாவின் தலைநகரம், எலி வாலின் நீளம், ஆப்பிரிக்க காட்டில் பறக்கும் ஈயின் கனம், அர்ஜென்டைனா அதிபருக்கு எத்தனை தங்கை–தம்பிகள் போன்ற கேள்விகளை அதிரடியாகக் கேட்டு கிச்சாவைத் திக்குமுக்காட் செய்தாள். கிச்சா உத்தேசமாக அளித்த விடைகள் ஓரளவு சரியாக இருக்கவே, மிரண்டுபோன சிசு-வதா பிரின்ஸிபாலினி சாமர்த்தியமாக கிச்சாவை மடக்க எண்ணி, 'செவன் ப்ளஸ் ஃபோர் எவ்வளவு?' என்று கேட்க... கிச்சா பயத்தில் நடுங்கிப் போய் வாய்தவறி 'லெவன்...' என்று சரியாகக் கூற, அதற்கு அவள் 'செவன் ப்ளஸ் ஃபோர் லெவன் என்று எப்படிக் கூட்டினாய்?' என்று அமைதியாகக் கேட்க... கிச்சா கேள்வியே புரியாமல் விழித்தான்.

'மிஸ்டர், விடை மட்டும் தெரிஞ்சுட்டா போதாது... வழிமுறை எப்படின்னு சொல்லத் தெரியணும். நியூமேத்ஸ் போயி இப்ப ப்ராண்ட் நியூ மேத்ஸ் வந்துவிட்டது தெரியாதா உங்களுக்கு? கேளுங்க. மொதல்ல செவனை மூன்றரை மூன்றரையா ரெண்டா பிரிச்சுக்கணும். அப்புறம் அதுல ஒரு பாதி மூன்றரையை மனசுல வெச்சுண்டு, மீதிப் பாதி மூன்றரையை விரல்ல வெச்சுக்கணும். பிறகு கூட்ட வேண்டிய ஃபோரை நாலா பிரிச்சு ஞாபகத்துல வெச்சுக்கணும். மனசுல உள்ள மூன்றரையோட ஞாபகத்துல உள்ள நாலுல ஒரு பங்கைக் கூட்டி, அது லேர்ந்து வர விடையோட விரல்ல உள்ள மூன்றரையைக்கூட்டி...' என்று அவள் தொடர்ந்து ஒரு ஆர்டினரி கூட்டலுக்கு அரை மணி நேரம் வியாக்கியானம் செய்தாள்.

'ஏழும் நாலும் பதினொண்ணு என்பதற்கா இவ்வளவு அமர்க்களம்?' என்று வியந்த கிச்சா, சிசு-வதாவில் சேரப் பலி ஆடு போலக் காத்திருக்கும் பாச்சாவுக்காகப் பரிதாபப்பட்டான்.

அடுத்ததாக, கிச்சாவோடு சேர்த்து ஐந்து அப்பாக்களுக்கு ரிட்டன்-டெஸ்ட் வைக்கப்பட்டது. ஐந்தில் நான்கு பேருக்குத்தான் இடம் என்றும் அந்தத் தக்காளி அறிவித்தாள். தானும் பாஸாக வேண்டும், அதே சமயத்தில், ஐந்தில் ஒருவரை ஃபெயிலாக்கவும் வேண்டும் என்ற நிர்ப்பந்தத்தைப் புரிந்து கொண்ட கிச்சா, அதற்காக ஆயத்தமானான். தனக்கு முன் அமர்ந்து தீவிரமாக எழுதிக் கொண்டிருந்த ஒரு புத்திசாலி அப்பாவை அரித்துப் பிடுங்கி, நைஸாக அவர் பேப்பர்களை வாங்கி காப்பியடித்த கிச்சா, காரியம் முடிந்ததும் அவர் எழுதிய பேப்பர்களைக் கசக்கி வாயில் போட்டு விழுங்கினான். கிச்சாவின் இந்தப் பச்சைத் துரோகத்தை எதிர்பார்க்காத அந்த

அப்பாவி அப்பா, கதறக் கதற அழுதபடி பரீட்சை ஹாலைவிட்டு வெளியேறினார். கிச்சாவோடு சேர்த்து அந்த நான்கு பேருக்கும் அட்மிஷன் வழங்கப்பட்டது.

'ஒரு டெர்முக்கு சிசு-வதாவுல ஃபீஸ் இருநூறு ரூபாதான்...' என்று பிரின்ஸிபாலினி கூற, இவ்வளவு குறைவாக ஃபீஸ் இருக்கிறதே என்ற சந்தோஷத்தில் கிச்சா உள்பட நால்வரும் புல்லரிப்பதற்குள், 'சிசு-வதாவுல ஒரு வருஷத்துக்கு மொத்தம் இருபது டெர்ம்ஸ் உண்டு...' என்று அப்பாக்களைப் பேயறைய வைத்தாள் தக்காளி லேடி.

இதுதவிர, 'ஸ்கூலுக்குப் பக்கத்து வீடாக இருந்தாலும், ஸ்கூல் பஸ்லதான் ஸ்கூலுக்கு வந்து போகணும்...' என்று கூறி, அதற்கும் ஒரு டெர்முக்கு இருநூறு ரூபாய் என்றாள். 'பஸ்ஸ்-லயே பாடத்தை நடத்தினா, ஸ்கூல் ஃபீஸை மிச்சம் பிடிக்கலாமே?' என்று அசடு வழிய ஐடியா தந்த கிச்சாவை ஆக்ரோஷமாகப் பார்த்துவிட்டு, அவன் கையில் எல்.கே.ஜி. படிப்புக்குத் தேவைவான பத்து கிலோ நோட்டுப் புத்தகங்களைத் திணித்தாள்.

மேலும் தொடர்ந்தவள், 'ஸ்கூல் துணிக் கடைக்காரர்கிட்ட துணி வாங்கி, ஸ்கூல் டெய்லர்கிட்ட அதைக் கொடுத்து தைச்சுக்கிட்ட யூனிஃபார்ம்தான் போட்டுக்கணும். ஸ்கூல் ஆபீஸ்ல வாங்கிய கூப்பனைக் கொடுத்து, ஸ்கூல் கான்டீன்ல உணவுப் பொட்டலம் வாங்கி மதியம் சாப்பிடணும்...' என்று அடுக்கிக் கொண்டே போனவள், 'படிப்பை மட்டும் நீங்க வீட்டுல சொல்லித் தந்துடணும்...' என்பதைச் சொல்லாமல் சொன்னாள்!

எது எப்படியோ, லண்டனுக்குப் போன தனது பெரியப்பா மகன் நாச்சாவுக்குக் கொடுத்த வாக்குறுதியை நிறைவேற்றிய சந்தோஷத்தில் கிச்சா வீடு திரும்பவும், வீட்டு வாசலில் மாருதியில் வந்து இறங்கிய நாச்சா, 'என்னைப் பாதி கான்ஃபரன்ஸ்-ல திருப்பி அனுப்பிட்டா. பழையபடி உ.பி.-யில் உள்ள பிலிதகடி பகடிப்பூருக்கு டிரான்ஸ்ஃபர் பண்ணிட்டா. அதனாலே பாச்சாவை அங்க ஹிந்தி மீடியத்துல சேர்க்கணும். நல்லவேளை, சிசு-வதாவுல நீ இன்னும் ஃபீஸ் கட்டலையே?' என்று கேட்டுவிட்டு, அன்றிரவே பாச்சாவோடு பிலிதகடி பகடிப்பூருக்குப் பயணமானார்.

பாச்சாவின் அட்மிஷனுக்காகத் தான் பட்ட கஷ்டம் விழலுக்கு இறைத்த நீராக வீணானதில் கிச்சாவுக்குச் சற்று வருத்தம்தான்!

உங்களில் யாருக்காவது நாச்சாவின் பிள்ளை பாச்சா உருவச்சாயலில் பிள்ளையிருந்து, சிசு-வதாவில் சேர்க்க விரும்பினால் கிச்சாவை அணுகலாம். நாச்சாவுக்குப் பதிலாக கிச்சா நாச்சாவாக நடித்து பாச்சாவுக்குப் பதிலாக உங்கள் பிள்ளையை பாச்சாவாக நடிக்கச் சொல்லி அட்மிஷன் வாங்கித் தரத் தயாராம். டொனேஷனில் 'டென் பர்சண்ட்' கமிஷன் கிச்சாவுக்குக் கொடுத்தால் போதும்!

● ● ●

இச்சு மாட்ஸியோ மிச்சாமியைச் சிலிர்க்க வைத்த வீரவாள்!

சென்ற வாரத்தில் ஒரு நாள் என்னுடைய டூ-இன்-ஒன் ஆன மனைவியின் ஆணைப்படி ஒரு டூ-இன்-ஒன் (டிரான்சிஸ்டர்-கம்-டேப் ரிக்கார்டரை) வாங்க பர்ஸில் பணத்தோடு பர்மா பஜாருக்குக் கிளம்பினேன் நான். பேரம் பேசுவதில் ஆராய்ச்சியே செய்து டாக்டர் பட்டம் பெற்றுள்ள கிச்சாவையும் துணைக்குக் கூப்பிட்டுக் கொள்ளத் திருவல்லிக்கேணிக்குச் சென்றேன். அங்கு 'மேட்-இன்-ஜப்பான்' அயிட்டங்களால் அவனது பெட்-ரூம் நிரப்பப்பட்டு ஒரு மினி பர்மா பஜாராக மாறியிருப்பதைப் பார்த்து பிரமித்தேன்.

டேபிள் மீது கண்ணாடிப் பெட்டிக்குள் கம்ப்யூட்டர் போல ஒன்று இருப்பதைப் பார்த்து 'இது என்ன?' என்று கேட்ட என்னைப் பட்டிக் காட்டானைப் பார்ப்பது போல பார்த்துவிட்டு 'இது ரேடியோ-கம்-டேப்ரிகார்டர்-கம்-ரிக்கார்ட்பிளேயர்-கம் அலாரம் கிளாக் - கம்... என்று டி.வி. வாஷிங்மெஷின், தையல்மெஷின், பீரோ இப்படி பன்னிரண்டு அயிட்டங்கள் சேர்ந்த 'டுவெல்வ்-இன்-ஒன்' சிஸ்டம்' என்று அசத்தலாகக் கூறி, வெறும் டூ-இன்-ஒன் வாங்க நினைத்த என்னைக் கூனிக் குறுக வைத்தான். அது மட்டுமல்ல, எவ்வளவு தடவை குளித்தாலும் எப்போதும் உலர்ந்து போன நார்த்தங்காய் மாதிரி கிட்டத்தில் நெடி அடிக்கும் கிச்சா, அன்று பரிமள சுகந்த கந்தனாக விளங்கினான். தோட்டத்தில் செடிகளுக்குத் தண்ணீர் விடும் பூவாலி சைஸ் செண்ட் பாட்டிலைக் கொண்டு, தீ அணைப்பது போல திருவல்லிக்கேணியே மணக்கும் அளவுக்குத் தன் உடம்பு பூராவும் பீய்ச்சி அடித்துக் காட்டி என்னைத் திக்பிரமை அடைய வைத்தான். தனது வலதுகை மணிக்கட்டில் துளிபோல தொங்கும் ராட்சச சைஸ் ரிஸ்ட்வாட்ச் நேரம், தேதி, லக்னம், அமாவாசை, பௌர்ணமி, தட்சிணாயனம், உத்த ராயனம் என்று மண்டையைப் போடும் காலம் தவிர, மற்ற எல்லா வற்றையும் காட்டும் என்று கிச்சா கூறியது, எனது வெந்த வயிற்றில் வத்தக்குழம்பைப் பாய்ச்சியது போல இருந்தது!

இப்படி காஸ்ட்லியான சீமைச் சரக்குகளுக்கு நடுவில் கஸ்டம்ஸ் ரெய்டு செய்த ஆபீஸர் போல கம்பீரமாக குந்தியிருப்பதற்குக் காரணத்தைத் தெரிந்து

கொள்ளாவிட்டால், என் மண்டை ஆயிரம் சுக்கல்களாக வெடித்துச் சிதறிப் போகும் ஆபத்தில் இருப்பதை உணர்ந்தேன்.

'மச்சி, நீ பார்த்த அயிட்டம் அம்புட்டும் மேட்-இன்-ஐப்பான். போன வாரம் மெட்ராஸைச் சுத்திப் பார்க்க ஐப்பான் பார்ட்டி ஒண்ணு வந்துச்சு. என் கைல பத்தாயிரம் ரூபா திணிச்சு பிக்னிக் இட்டுகினு போகச் சொன்னாங்க. நானும் அவங்க கூடவே வழிகாட்டியா இருந்து எல்லாத்தையும் விலாவாரியா புரிய வெச்சேன். வழிகாட்டியா இருந்து சுகுரா விளங்க வெச்சதுல குஷியான ஐப்பான் குள்ளுனுங்க குருதட்சிணையா அய்யா கைல அத்தினி அயிட்டங் களையும் திணிச்சுட்டுப் பூட்டானுங்க' என்று மெட்ராஸ் பாஷையில் சஸ்பென்ஸை உடைத்தான் கிச்சா!

அருகிலிருக்கும் டி.பி. கோயில் தெருவுக்கே வழி கேட்பவரிடம் 'லெஃப்டுல போய், ரைட்டுல போய், காணாமப் போய், செத்துப் போய்...' என்று அபத்தமாக வழிகாட்டும் கிச்சா, எப்படி ஐப்பான்காரர்களுக்கு வழி காட்டியாக இருந்து, அவர்களைக் கவர்ந்து, செண்ட், வாட்ச், சொக்காய், ஷூ என்று கறந்தான்?

'ஏண்டா கிச்சா, அவங்கள எந்த எடத்துக்கெல்லாம் பிக்னிக் அழைச்சுண்டு போனே? மகாபலிபுரமா? வேடந்தாங்கலா?' என்று கேட்க ஆரம்பித்த என்னை 'ஸ்டாப் இட்' என்பது போல ஸ்டைலாகத் தடுத்து நிறுத்திவிட்டு நக்கலாக, 'ஊர் ஊரா, தெருத்தெருவா அழைச்சுண்டு போனாத்தான் பிக்னிக்னு உனக்கு யார் சொன்னது?' என்றான். 'வீட்டை விட்டு வெளில போறது சாதா பிக்னிக். வெளிலேருந்து வீட்டுக்குள்ள போறது ஸ்பெஷல் பிக்னிக். நான் ஸ்பெஷல் பிக்னிக்கா ஐப்பான்காரங்கள என் வீட்டுக் கொல்லைப் பக்க வழியா அழைச்சுண்டு போய் கிணறுல ஆரம்பிச்சு ரேழி வரைக்கும் சுத்திக்காட்டி அவங்களைச் சிலிர்க்க வெச்சேன்' என்றவன், தனது கைடு படலத்தை விலாவாரியாக விவரிக்கத் தொடங்கினான்.

பார்த்தசாரதி பெருமாள் கோயிலுக்கு எச்சுமிப் பாட்டியுடன் கிச்சா சென்ற போது கோயிலுக்கு வெளியே வந்து நின்ற ஒரு ஏ.ஸி டூரிஸ்ட் பஸ்ஸிலிருந்து நெல்லிக்காய் மூட்டையை அவிழ்த்தது போல சுமார் இருபத்தைந்து பேர் அடங்கிய ஐப்பான் கோஷ்டி ஒன்று, ஒவ்வொன்றாக உருண்டு உருண்டு இறங்கிக் கோயிலுக்குள் பிரவேசித்தது.

உள்ளே, தூணில் செதுக்கிய பெருமாளின் வாமனாவதாரச் சிற்பத்தைக் காட்டி ஐப்பான் பேர்வழிகள் கோரஸாக 'இது என்ன?' என்று திடீரென்று கேட்டுக் கொண்டிருக்க, அந்தச் சமயத்தில் அங்கு வந்த கிச்சா சிற்பத்தைக் காட்டி, லேடீஸ் அண்ட் ஜென்டில்மேன், லைக் யூ பெருமாள் கேம் டு எர்த் ஆஸ் டூரிஸ்ட் தட் ஈஸ் அவதாரம். அண்ட் ஆல்ஸோ இன் திஸ் அவதாரம். பெருமாள் ஈஸ் ஷார்ட் லைக் யூ. ஸோ திஸ் அவதாரம் வாஸ் ஸ்பெஷலி மேட் இன் ஐப்பான் அவதாரம்...' என்று அல்ப ஆங்கிலத்தில் கூறிவிட்டு, தொடர்ந்து வாமனாவதாரத்தில் பெருமாள் ஐப்பான்காரரைப் போல குள்ளமாக வந்ததாகவும், பிறகு அதே பெருமாள் திருவிக்கிரம அவதாரம்

எடுத்து வளர்ந்து போல் இன்று ஜப்பானியர்கள் உலகில் வளர்ச்சி அடைந்திருப்பதாகவும் கூறி, ஜப்பானுக்கும் வாமனாவதாரத்துக்கும் உள்ள குறைந்தபட்ச ஒற்றுமைகளை எடுத்துக் காட்டி அவர்களை முகஸ்துதி செய்ய, உச்சி குளிர்ந்த அந்த ஜப்பான் கும்பல், கிச்சாவுக்கே வெட்கம் பிடுங்கித் தின்னும் அளவுக்கு அவன் எதிரில் தலையைக் குனிந்து குனிந்து 'ஜப்பான் நமஸ்தே' தெரிவித்தார்கள்.

தொடர்ந்து, கோயில் பிராகாரத்தில், இப்போதுதான் பிறந்திருப்பாரோ என்று சந்தேகப்படும் அளவுக்கு தம்மாத்தூண்டு சைசில் இருந்த ஒரு ஜப்பானிய பெரியவர் முன்வந்து கிச்சாவிடம் தன்னை 'இச்சு மாட்ஸியோ மிச்சாமி' என்று அறிமுகப்படுத்திக் கொள்ள, அப்போது அங்கு வந்த தேரடி தேசிகன் கிச்சாவைப் பார்த்துக் கண்ணடித்து, 'என்ன மாமா, ஜப்பான்காரங்களை சோப் அடிச்சு பணம் புடுங்கறியா?' என்று உசுப்பினான். அவர்கள் எதிரில் அதைக் காதில் வாங்கிக் கொள்ளாதது போல கிச்சா நடித்து, அதே சமயம் தேசிகனை ஜப்பான் பாஷை பாணியில் 'சோமாறிகோகஸ்மாலம்' என்று திட்ட, ஜப்பான் டீமில் வந்திருந்த ஒருவர் 'சோமாரிகோ இட்ஸ்மாலே' என்கிற தனது பெயரை, தான் சொல்வதற்கு முன்பே ஓரளவு சரியாக ஊகித்த கிச்சாவை மெய்மறந்து பார்த்து 'ஜப்பான் நமஸ்தே' செய்ய ஆரம்பித்து விட்டார்.

அனைவரின் அறிமுகம் முடிந்தபின்னர் அவர்களின் தலைவரான இந்த மாட்ஸியோ மிச்சாமி, கிச்சாவின் கையில் இந்திய கரன்ஸியில் பத்தாயிரம் ரூபாயைத் திணித்துவிட்டு, 'நாங்கள் புராதனமான சென்னையின் ஆத்மாவைத் தரிசிக்க நீங்கள் வழிகாட்டியாக இருந்து உதவ வேண்டும்' என்று கூறி, குனிந்து நிமிர்ந்து கெஞ்சிக் கூத்தாட ஆரம்பித்தார்.

'வந்த ஜப்பான் லட்சுமியை வேண்டாம்னு சொல்லாதே...' என்று கூறி எச்சுமிப் பாட்டி பணத்தைக் கிச்சாவிடமிருந்து பிடுங்கி இடுப்பில் சொருகிக் கொள்ள, கிச்சா, 'இவர்களை எங்கே அழைத்துப் போவது?' என்ற ஏக்கத் தோடு எல்லாம் வல்ல எச்சுமிப் பாட்டியைப் பார்த்தான். 'சாண்டில்ய கோத் திரத்துல பொறந்துட்டு சரித்திரத்துக்குப் பயப்படறியே தரித்திரம்... இவாளை அழைச்சுண்டு உங்க தாத்தா கட்டின ஒண்டுக் குடித்தன வீட்டுக்குப் போ. கொடுத்த பணத்துக்குக் குறைவில்லாம நீயே ஒரு சரித்திர நாவலை கற்பனை பண்ணி ரீல் விடு. மசமசன்னு நிக்காதே...' என்று பாட்டி கொடுத்த தைரியத்தில், அவர்களை அழைத்துக் கொண்டு கோயிலுக்கு வெளியே வந்தான் கிச்சா.

தான் காட்டப் போவது அவர்கள் ஏறி வந்த ஏர் கண்டிஷன் பஸ் நுழைய முடியாத அளவுக்குப் புராதனமான சரித்திரப் பிரசித்திப் பெற்ற இடம் என்பதை நிரூபிக்க விரும்பினான் கிச்சா. எனவே முதலில் பஸ்ஸை ஐஸ் ஹவுஸ், கூவம் கரையோரமாக விடச் சொல்லி, பசுவும் எருமையும் புரளும் சந்து பொந்துகள் வழியாகச் செலுத்தி, இனி குரங்கு பெடல் அடித்து சைக்கிளில்கூடப் போக முடியாது என்ற இடத்தில் பஸ்ஸை நிறுத்தச் சொன்னான். இத்தனை நேரம் கூவம் நாற்றத்துக்குத் தாக்குக் கொடுக்க

முடியாமல் மூக்கை மூர்க்கமாக அழுத்திப் பொத்தியதில், ஏற்கெனவே சப்பையான ஜப்பான் பயணிகளின் மூக்கு, கண்ணுக்குப் பிறகு நேராக வாய்தான் என்று நினைக்கும் அளவுக்கு முகத்தோடு முகமாக அழுந்தி மேலும் சப்பையானது.

நீண்ட பயணத்தின் முடிவாக சிங்கராச்சாரி தெருவில் இருக்கும் தனது வீட்டின் பின்பக்கத்துக்கு அவர்களை அழைத்து வந்து, வீட்டுக்குப் பின்னால் ஓடும் பாதாளச் சாக்கடையை அவர்களுக்கு அரண்மனை அகழியாக அறிமுகப்படுத்தி வைத்தான். கிச்சா கொல்லைப்புறக் கதவைத் தட்ட, உள்ளிருந்து திறந்த எச்சுமிப் பாட்டியை, 'இவள் எப்படி இங்கு வந்தாள்?' என்று அவர்கள் ஜப்பானிய பாஷயில் சந்தேகிக்க, கோயிலிலிருந்து அரண் மனைக்கு ஷார்ட்கட்டில் போக பாட்டிக்கு மட்டுமே தெரிந்த ஒரு சுரங்கப் பாதை இருப்பதாகக் கூறிச் சமாளிக்க, சிலிர்த்துப் போன அவர்கள் எச்சுமிப் பாட்டியை ஜான்ஸி ராணியையப் பார்ப்பது போலப் பார்த்தார்கள்.

கிச்சா அவர்களை நேராகக் கூடத்துக்கு அழைத்துப் போய், பாய் விரித்துக் குந்த வைத்தான்.

எச்சுமிப் பாட்டியின் அண்ணாவும், தனது மாமா தாத்தாவுமான கோர்ட் டவாலியாக இருந்த குள்ள ராஜாமணியின் போட்டோவைக் கள்ளிப் பெட்டியிலிருந்து எடுத்துக் காட்டி, 'இவர்தான் இந்த அரண்மனையில் இருந்தபடி சென்னையை ஆண்ட ராஜா...' என்றான். ரிடையர் ஆகும் சமயத்தில் தலையில் ஜரிகைத் தொப்பி, சிவப்பு நிற அங்கி, மார்பில் குறுக்காகப் பட்டை, போட்டோவுக்காக மார்பில் குத்திக் கொண்ட அச்சுபிச்சு டாலர்கள் சகிதமாக எடுக்கப்பட்ட போட்டோவில், கோர்ட் டவாலி காஸ்ட்யூமில் பளபளத்த குள்ள ராஜாமணி, கிட்டத்தட்ட ஜாடையில் ஜப்பான் எம்ப்பரர் போலவே இருந்ததால் அவர்கள் கிச்சா சொல்வதை யெல்லாம் வாயைப் பிளந்தபடி கேட்டுக் கொண்டிருந்தார்கள். அந்தக் கள்ளிப் பெட்டியில் தனது தாத்தா முகச்சவரம் செய்வதற்காக உபயோகப்படுத்திய, தேவையில்லாமல் கொஞ்சம் பெரியதாக இருந்த கத்தியை எடுத்துக்காட்டி 'அரசரின் வீரவாள்' என்று உணர்ச்சிப் பெருக்கோடு சொல்லிவிட்டு, அதில் இன்னமும் ஒட்டிக் கொண்டிருந்த ஒரிரு முடிகளைக் காட்டி, 'செங்கல்பட்டு மன்னரின் தலையைப் போரில் கொய்தபோது ஒட்டிக்கொண்டு விட்டன' என்று ரகசியமாகக் கூற, அவர்கள் பயபக்தியோடு கத்தியைத் தொட்டுக் கண்களில் ஒற்றிக் கொண்டார்கள்!

உலக யுத்தத்தின்போது, நேதாஜியோடு ஜப்பானுக்குப் போன தனது தாத்தாவும், எச்சுமிப் பாட்டியின் கணவருமான நாகச்சாமியின் ஞாபகார்த்த மாக வைத்த 'ஹிரோஷிமா நாகசாமி' என்ற பெயர்தான் எப்படியோ திரிந்து 'ஹிரோஷிமா நாகசாகி' என்று மருவிவிட்டதைக் கூறினான் கிச்சா!

சென்னையை ஆண்ட மன்னனின் வாரிசே இப்போது தங்களுக்கு வழிகாட்டியாக அமைந்ததில் பரம சந்தோஷம் அடைந்த அவர்கள், தாங்கள் கொண்டு வந்த மேட்-இன்-ஜப்பான் அயிட்டங்களை கிச்சாவுக்குத் தாரை

வார்த்தார்கள். பதிலுக்கு அவர்களை வரிசையாக அமர்த்தி தலைவாழை இலை போட்டு விருந்து அளித்தாள் எச்சுமிப் பாட்டி. குச்சியில் சாப்பிட்டுப் பழகிய அவர்கள், கையால் சாப்பிட முடியாமல் களேபரம் செய்ய, இந்த இலையிலிருந்து அடுத்த இலைக்கு என்று குழம்பு, ரசம் ஓடி சாப்பா டெல்லாம் கலந்து, விருந்து சம பந்தியாக முடிந்தது.

விருந்துக்குப் பிறகு, சென்னையின் புராதனமான சரித்திரப் பிரசித்தி பெற்ற விளையாட்டு என்று கூறி, அவர்களுக்குப் பம்பரம் விட்டுக் காட்டிய கிச்சா, அசால்டாக அப்பீட் எடுத்து உண்ட களைப்பில் மல்லாக்க் கிடந்த, 'இச்சு மாட்ஸியோ' வயிற்றில் சின்னக் கவுண்டர் விஜயகாந்த் ஸ்டைலில் பம்பரத்தைவிட, அவர் 'கிச்சுக்கிச்சியோ... கிச்சுகிச்சியோ' என்று ஜப்பானில் கத்தியபடி கூச்சத்தில் நெளித்ததைக் கண்டு மற்றவர்கள் கைதட்டி ஆரவாரம் செய்தபடி பார்த்தார்கள்.

அதேபோல், மொட்டைமாடியில் பட்டம் விட்டுக் காட்டும்போது, 'டீல்' ஆகிப் போன காத்தாடியைப் பிடிக்குமாறு விளையாட்டு சுவாரஸ்யத்தில் கிச்சா கத்த, சிங்கராச்சாரி தெருவில் இறங்கிய அந்த இருபத்தைந்து ஜப்பான் காரர்களும், அறுந்து சந்து பொந்தெல்லாம் பறக்கும் காத்தாடியை அண்ணாந்து பார்த்தபடி துரத்தி வெறியாக ஓடுவதை வேடிக்கை பார்க்க, திருவல்லிக்கேணியில் உள்ள அத்தனை மொட்டை மாடிகளும் திருவிழாக் கணக்கில் நிரம்பி வழிந்தன. அவர்கள் துரத்திய பட்டம் பாவ்லா காட்டி விட்டுக் கடைசியாக ஐஸ்ஹவுஸ் சந்தில் நிறுத்தி வைக்கப்பட்ட அவர்களது ஏ. ஸி. பஸ்ஸில் மாட்டிக் கொள்ள... பஸ்ஸைப் பார்த்தவுடன் இரவு ஜப்பான் ஏர்லைன்ஸ் பிடிக்க வேண்டியது நினைவுக்கு வந்தது. அவசர அவசரமாக கிச்சாவுக்கு டாட்டா சொல்ல ஆரம்பித்தார்கள். கடைசியாக ஏறிய, 'இச்சு மாட்ஸியோ மிச்சாமி'யை நிறுத்தி, தெருவில் போன மிட்டாயில் கைக்கடிகாரம் செய்து மாட்டி விடுபவனை கிச்சா கூப்பிட்டு, ஒரு நாலணா கொடுத்து அவர் கையில் மிட்டாய் கடிகாரம் கட்டச் சொன்னான். நெகிழ்ந்து போன இச்சு மாட்ஸியோ பதில் மரியாதையாக தனது ராட்சஸ சைஸ் ரிஸ்ட் வாட்ச்சை கிச்சா கையில் கட்டிவிட்டார். 'எச்சுமிப் பாட்டியை விசாரித்ததாக' அனைவரும் கோரஸாகக் கூறிவிட்டு 'த்ரீ சியர்ஸ் டு மெட்ராஸ் கிங் கிச்சா' என்று குரல் கொடுக்க, ஏ. ஸி. பஸ் ஏர்போர்ட் நோக்கி விரைந்தது. வைத்திருக்கும் அயிட்டங்களைக் கொண்டு பர்மா பஜார் போல கிச்சா பஜார் என்று கிச்சா ஆரம்பிப்பதற்குள் ஒரு ஜப்பான் டூ-இன்-ஒன்னை அவனிட மிருந்து சீப்பாக வாங்க நான் பேரம் பேசிக் கொண்டிருக்கிறேன். இன்னும் கூடிவரவில்லை!

•••

மாத்ருபூதத்தை மண்டியிட வைத்த மிஸ்டர் கிச்சா

தன்னுடைய பேரன் கிச்சா சாப்பாடு, தூக்கம் என்பதையே முழுநேர உத்தியோகமாகக் கொண்டிருந்துவிட்டால், வருங்காலத்தில் அவனை 'வேலைக்குப் போகாமலேயே ரிடையர் ஆனவன்' என்று ஊரார் எங்கே தூற்றி எள்ளி நகையாடுவார்களோ என்ற பயத்தில் எச்சமிப் பாட்டி அவனை அவ்வப்போது ஏதாவது ஒரு இடத்தில் வேலையில் சேர்த்துவிடுவாள். ஆனால், கிச்சா எந்த ஒரு ஆபீஸிலும் தொடர்ந்து ஆறு மாதங்களுக்கு மேல் வேலை பார்த்ததில்லை. அப்படியொரு ராசி அவனுக்கு.

எச்சுமிப் பாட்டியின் வற்புறுத்தலால் கிச்சா வேலைக்குப் போன சந்தர்ப்பங்கள் அந்த ஆபீஸ் மேலதிகாரிகளைப் பொறுத்தமட்டில் நரகவேதனையான அசந்தர்ப்பங்கள். பிறர் தவறுகளுக்காக தனக்குத் தானே மெமோ கொடுத்துக் கொள்ளும் சில சாதுவான மானேஜர்கள் இன்றும் தூக்கத்தில்கூட 'கிச்சா' என்ற பெயரைக் கேட்ட மாத்திரத்தில் பீதியோடு தூக்கி வாரிப் போடும் அளவுக்கு அவர்களை மிரள வைத்திருக்கிறான் கிச்சா.

ஆபீஸில் ஒவ்வொரு வெள்ளிக்கிழமையும் பூஜை என்ற பெயரில் சகஸ்ரநாமம், லட்சார்ச்சனை லெவலில் ஒரு மினி கும்பாபிஷேகமே செய்து, அங்குள்ள சாமி படங்களுக்கு - பக்கத்து ஆபீஸ்காரர்கள் தீ அணைப்பு வண்டிக்குச் சொல்லி அனுப்பும் அளவுக்குத் 'திகுதிகு'வென்று அண்ணாமலை தீபம் சைஸில் கற்பூரத்தைக் கொளுத்திக் காட்டிவிட்டு, அதை அப்படியே தேமே என்றிருக்கும் மானேஜர் டேபிளில் வைத்து, 'எரியும் கற்பூரத்தை அணைத்தால் என்னென்லாம் விபரீதம் வரும்' என்று அவருக்குப் பட்டியல் போட்டுப் பயமுறுத்துவான் கிச்சா. அவரும் ஒரு வேலையும் செய்யாமல் டேபிளில் இடைஞ்சலாக எரிந்து கொண்டிருக்கும் தீயை 'எப்போது அணையும்' என்று உடல் நடுங்க வேடிக்கை பார்த்துக் கொண்டிருப்பார். அது அணைவதற்கும், ஆபீஸ் நேரம் முடிவதற்கும் சொல்லி வைத்தாற்போல் சரியாக இருக்கும். சில ஆபீஸ்களில் கிச்சா ஏற்றி வைத்த வீரியமான கற்பூர வில்லைகள் இன்னமும் நந்தா விளக்காக எரிந்து கொண்டிருப்பதாக நம்பத்தகுந்த வட்டாரங்களில் பேசிக் கொள்கிறார்கள்.

ஒரு ஆபீஸில் கான்டீன் பஜ்ஜியைச் சாப்பிட்டதால் தொடர்ச்சியாக நாலு பேர் எடுத்த வாந்திக்கு - ஆபீஸில் யாரோ வேண்டாதவர்கள் எந்திரம் புதைத்து பில்லி சூன்யம் வைத்துவிட்டதாகக் காரணம் காட்டினான் கிச்சா. அதற்கு சாந்தி பரிகாரம் செய்ய எவனோ ஒரு கேரள மாந்திரீகனை வரவழைத்தான். அவனுடைய சோழி உருட்டலுக்கு சாமி ஆடிய டைப்பிஸ்ட் சரளா அதே வெறியில் அம்மன் வாக்காக கோழி பிரியாணி படைக்க வேண்டும் என்று குரல் கொடுக்க, கோழி பிரியாணியை மேலிடத்துக்கு சிபாரிசு செய்யக் கூச்சப்பட்ட மானேஜர் தன்னுடைய ஒரு வருட போனஸ் பணத்தை அதற்காக அழுது புகாரியில் பிரியாணி வாங்கி அனைவருக்கும் போட வேண்டியதாயிற்று.

பெருமாள் கோயில் புளியோதரை பிரசாதத்தைத் தான் தின்பதோடு நில்லாமல் ஆபீஸில் உள்ள அனைவருக்கும் டேபிள் மீது ஏறி நின்று விநியோகித்து, சாப்பிட்ட எண்ணெய்ப் பிசுபிசுப்போடு கூடிய கையைச் சுவரில் தேய்க்கும் பழக்கத்தையும் உண்டாக்கி ஒரே வாரத்தில் ஒரு மொசைக் தரை கம்பெனியை புளியோதரை கம்பெனி ஆக்கினான் கிச்சா.

சிறுவயதிலிருந்தே தான் எப்போதும் வைத்திருக்கும் லாட காந்தத்தில் ஆபீஸில் உள்ள அத்தனை ஊசி, ஜெம் கிளிப்புகளை ஒட்ட வைத்து மாடர்ன் ஆர்ட்டில் முள்ளம்பன்றி வரைந்தது போல அதைச் செய்து மானேஜர் ரூம் வாசலில் விளையாட்டாக கிச்சா வைக்க, வேகமாகக் கதவைத் திறந்துவந்த மானேஜர், அந்த விநோத வஸ்துவைப் பார்த்த அதிர்ச்சியில் மிரண்டுபோய் மூன்று நாள்கள் எது கேட்டாலும், 'யழ்ழா... வழ்ழா... ரழ்ழுழழா...' என்று 'யரலவழளவில்' பேசிக் கொண்டிருந்தார்.

சம்பந்தப்பட்ட சாதுவான மானேஜர்கள் கிச்சா வேலையில் சேர்ந்த ஆறாவது மாதக் கடைசியில் ஒரு தட்டில் பழம் பாக்கு வெத்தலையோடு கிச்சாவுக்கு செட்டில் பண்ணவேண்டிய பணத்துடன் தங்கள் கைக் காசையும் போட்டு கிச்சா காலில் சாஷ்டாங்கமாக விழுந்து, 'எங்களை விட்டுடு' என்று கெஞ்சிக் கூத்தாடிக் கேட்டு, அவனே ராஜினாமா செய்யும்வரை புரண்டு அழுதபடி இருந்து, காரியத்தைச் சாதித்துக் கொள்வார்கள்.

காரணமேயில்லாமல் தனக்கு மெமோ கொடுத்த கோந்து பசை தயாரிக்கும் கம்பெனி மானேஜரின் சுழலும் குஷன் நாற்காலியில் அந்த மாதம் விற்காமல் தங்கிவிட்ட கோந்தையெல்லாம் கொட்டி பூசி மெழுகிவிட்டு, 'சந்தே கத்துக்குச் சாம்பாராக' குண்டூசிகளை கண்ணி வெடிகளாக அதில் கிச்சா பதிக்க, முதலில் கிச்சாவைக் கூப்பிட்டு இன்னொரு மெமோ கொடுப் பதற்காக ஸ்டைலாக உட்கார்ந்த மானேஜர், தனது பின்பக்கத்தில் குண்டூசி கொடுத்த அக்குபஞ்சர் சிகிச்சையில் அலறிப் புடைத்து எழுந்திருக்க முயல, நாற்காலியும் தன்னோடு சேர்ந்த எழுந்திருப்பதைப் பார்த்தபோதுதான், கிச்சா விரித்த கோந்து வலையில் தான் சிக்கியதை உணர்ந்தார். மெமோ வாங்க வந்த கிச்சா, அவரைப் பார்த்து, 'எங்கிட்ட மோதாதே' பாடலை டேபிளில் தாளம் போட்டபடி ரஜினி ஸ்டைலில் பாடிக்காட்டிவிட்டுப் போக, மானேஜருக்கு

அனஸ்திஷியா கொடுத்து வலி தெரியாமல் மயக்கமாக்கி, கொஞ்சம் கொஞ்சமாக கோந்துப் பிடியில் ஒட்டிக்கொண்டுவிட்ட குஷன் நாற்காலியை மேஸ்திரி, தச்சன் என்று ஒரு பெரிய படையே சுத்தி, ரம்பம் சகிதமாக ஒரு நாள் முழுக்க தட்டி, அறுத்து, பெயர்த்துப் பொடிப்பொடியாக்கி ஒருவாறு பிரித்து எடுத்தார்கள்.

இப்படியாக மானேஜருடன் ஒண்டிக்கு ஒண்டி தில்லாக நின்று பதிலடி கொடுக்கும் கிச்சாவின் வீரத்தை இன்றும் ஆபீஸ் வட்டாரங்களில் லஞ்ச் மற்றும் லஞ்ச நேரத்தில் கர்ண பரம்பரைக் கதைகளாக ரகசியமாகப் பேசி ஊழியர்கள் அல்ப சந்தோஷம் அடைவது வழக்கம்.

சமீபத்தில், குளிக்கும் சவுபாக்கியவதனா சோப்பில் ஆரம்பித்து கந்தக நெடி பவுடர், கழுவும் ஷாம்பு என்று 'காதுகுடையும் பஞ்சு வைத்த குச்சி' வரை தயாரிக்கும் ஒரு பார்ஸி கம்பெனியின் மெட்ராஸ் கிளையின் மகிஷாசுர மானேஜர் மாத்ருபூதத்தின் தொல்லையால் தவித்த கிளார்க்குகள், டைப் பிஸ்ட்டுகள் திருவல்லிக்கேணி வந்து திண்ணையில் அனந்த சயனத்தில் இருக்கும் கிச்சாவை உலுக்கி எழுப்பி, தங்களது மேலதிகாரி மானேஜர் மாத்ருபூதத்தின் கொட்டத்தை அடக்கச் சொல்லி வேண்டினார்கள்.

மாத்ருபூதத்தின் அதிகார துஷ்ப்பிரயோகம் பெருகிவிட்டதை அக்க வுண்ட்டண்ட் அருணாசலம் அக்குவேறு ஆணிவேறாக எடுத்துக்கூறி, கிச்சாவை நெகிழ வைத்தார்.

'ஆபீஸ் நேரத்தில் யாரும் பாத்ரூம் போகக்கூடாது…' என்று கட்டளையிட்டு விட்டு அதை அமல்படுத்த பாத்ரூமைப் பூட்டி சாவியை மாத்ருபூதம் இடுப்பில் சொருகிக் கொண்டதால் தனக்கு ஏற்பட்ட அவஸ்தையால் தான் டயாலிஸிஸ் ஸ்டேஜுக்குக் கிட்டத்தட்ட போய்விட்டதை விசும்பலோடு கூறிய டெஸ்பாட்ச் சங்கரன், பாத்ரூம் பூதமாகிவிட்ட மாத்ருபூதத்தை மண்ணைக் கவ்வ வைக்குமாறு ஆக்ரோஷமாக விண்ணப்பிக்க, திண்ணை யிலிருந்து வெகுண்டெழுந்த கிச்சாவின் தோள்கள் கண்ணுக்குப் புலப்படும் அளவுக்குத் தினவெடுத்துத் துடிப்பதைப் பார்த்த அவர்கள் பக்திப் பரவசத்தால் கன்னத்தில் போட்டுக் கொண்டார்கள்.

'ரத்தத்துக்கு ரத்தம், பழிக்குப் பழி, ஷார்ட்ஹாண்டுக்கு ஷார்ட்ஹாண்ட், பாத்ரூமுக்கு பாத்ரூம்' என்று கோர்வையில்லாமல் முதலில் கோஷம் போட்ட கிச்சா, தனது சிலிர்ப்பு ஓரளவு அடங்கியதும், அவர் (மாத்ருபூதம்) பாணியிலிலேயே அவரது கொட்டத்தை அடக்கப் போகும் தனது அதிரடி நடவடிக்கைகளைக் கூறி அவர்களை அசர வைத்தான். ஊழியர்கள் கஷ்டத்தை உணர்த்துவதற்காக மாத்ருபூதத்தை கிட்நாப் செய்து தனது திருவல்லிக்கேணி வீட்டில் அடைத்து வைத்து அங்கு, தான் செட்டப் செய்யப் போகும் மினி-ஆபீஸில் மாத்ருபூதத்தை ஸ்டெனோவாக, கிளார்க்காக, அக்கவுண்டண் டாக, அட்டெண்டராக ஒரு வார காலம் வேலை செய்ய வைக்கப்போவதாக கர்ஜித்தான் கிச்சா.

சொன்னபடி மறுநாள் இரவு ஏழு மணிக்கு முகமூடியோடு அந்த ஆபீஸ் -க்குள் நுழைந்த கிச்சா, மற்றவர்களின் வேலையில் மாசு கற்பிப்பதற்காக தினமும் ஆபீஸ் முடிந்து இரவு வெகுநேரம் கண்ணில் விளக்கெண்ணெய் விட்டுக் கொண்டு லெட்ஜர்களை வேவு பார்த்துக் கொண்டிருந்த மாத்ரூபூதத்தை, தீபாவளி துப்பாக்கியைக் காட்டி மிரட்டி வாசலுக்கு வரவழைத்து, அங்கிருந்த சைக்கிள் ரிக்ஷாக்காரரிடம் 'கிட்நாப்புக்குச் சவாரி போனா எவ்வளவு கேப்பே?' என்று காஷூவலாகப் பேரம் பேசிவிட்டு, ரிக்ஷாவில் மாத்ரூபூதத்தை திணித்து அவரை திருவல்லிக்கேணி வீட்டுக்குக் கொண்டு வந்தான்.

போகும் வழியில் பப்ளிக் டெலிபோன் பூத்தில் வண்டியை நிறுத்தி, தான் ஆபீஸ் ஊர் போயிருப்பதாகவும் வருவதற்கு ஒரு வாரம் ஆகும் என்றும் மாத்ரூபூதத்தை வீட்டுக்கு போன் பண்ணும்படிச் செய்தான் கிச்சா. வீட்டுக்கு வந்ததும் அவரிடம் வெற்றுத்தாள்கள் பலவற்றில் கையெழுத்து வாங்கி அவர் தலைமறைவாக இருக்கப் போகும் அந்த ஏழுநாட்களை இந்தத் தாள்களை வைத்துக் கொண்டு சமாளிக்குமாறு அக்கவுண்டன்ட் அருணா சலத்திடம் கூறி அவரை விரட்டினான் கிச்சா.

அண்ணாநகரில் ஆண் துணை இல்லாத உறவுக்காரர் வீட்டுப் பெண்டு களுக்குத் துணையாக இருக்க எச்சுமிப் பாட்டி போனதால், கிச்சாவின் 'மாத்ரூபூதத்தைப் பழிவாங்கும் படலம்' அமோகமாக நடந்தது.

தினமும் காலையில் ரத்னா கபே இட்லி, வடை, சாம்பாரை ஜொள்ளுக் கொட்ட அமர்ந்திருக்கும் மாத்ரூபூதம் முன்னே தட்டோடு வைத்துவிட்டு, அவர் பாதி இட்லி சாப்பிடுவதற்குள் தள்ளி அமர்ந்து வேடிக்கை பார்க்கும் கிச்சா, தட்டை துணி உலர்த்தும் குச்சியால் நெம்பித் தள்ளிவிட்டு, பத்துமணி ஆபீஸ் -க்குப் பல்லவனைப் பிடிப்பதற்காகப் பாதி சாப்பாட்டில் பரக்கப் பரக்க எழுந்து ஓடும் குமாஸ்தாக்களின் உள்ளக் குமுறலை சிம்பாலிக்காக அவருக்கு உணர்த்தினான்.

கவிழ்த்துப் போட்ட குறுகலான ஸ்டூலை நெரிசலான பல்லவனாகப் பாவித்து, கயிறு கட்டி அதிவேகமாக அறைக்குள் அங்கும் இங்கும் தன்னால் இழுக் கப்படும் அந்த ஸ்டூலின் நான்கு கால்களுக்கு இடையே உள்ள சந்தில் எப்படியாவது தொற்றி ஏறி நிற்குமாறு மாத்ரூபூதத்தை அதே தீபாவளித் துப்பாக்கியைக் காட்டி மிரட்டி, பீக் அவரில் கஷ்டப்பட்டு பஸ் பிடித்து ஐந்து பத்து நிமிடங்கள் ஆபீஸ் -க்கு லேட்டாக வரும் அன்பர்களை அட்டென்டன்ஸ் ரெஜிஸ்டரில் லேட் மார்க் போட்டு இழிவு படுத்தும் மானேஜரென்னும் மாந்தர் தம் மடைமையை மாத்ரூபூதத்துக்குப் புரிய வைத்தான் கிச்சா.

அலமாரி வசதி செய்து தராமல் அதலபாதாளத்தில் இறைந்து கிடக்கும் லெட்ஜர்களை ஒவ்வொரு முறையும் குனிந்து குனிந்து எடுப்பதால், அக்கவுண்டன்ட் அருணாசலத்துக்கு வரும் தலைச்சுற்றலை அனுபவித்துத் தெரிந்துகொள்ள வைப்பதற்காக கிச்சா, மாத்ரூபூதத்தை விட்டத்திலிருந்து ஒரு ராட்டினத்தில் தாம்புக் கயிற்றில் தலைகீழாகத் தொங்கவிட்டு, பரணில் உள்ள பாத்திரங்களை லெட்ஜர்களாக நினைத்து எடுக்குமாறு பணித்து,

'அருணாசலத்துக்கு அலமாரியோட சேர்த்து டி.வி., ஃப்ரிஜ் எல்லாம் கூட வாங்கித் தந்து தொலைக்கிறேன்' என்று அவர் தலைகீழாகக் கதறும்வரை, அவரைக் கிணற்றில் தண்ணீர் எடுக்கப் போய்வரும் குடத்தைப் போல பரணுக்கும் தரைக்குமாக ஏற்றி ஏற்றி இறக்கினான்.

சுருக்கெழுத்து எடுத்து எடுத்து அதனால் ஷர்ட் பாக்கெட்கூட எட்டாத அளவுக்குக் கை சுருங்கிப் போன ஸ்டெனோ வரதனைப் பற்றி சோகமாகக் கூறிவிட்டு, தடாலென்று 'ரெடி – ஸ்டெடி ஷார்ட்ஹாண்ட்' என்று தீபாவளித் துப்பாக்கியைச் சுட்டு உணர்த்திய கிச்சா, 'பொன்னியின் செல்வன்' இரண்டு பாகத்தை ஆங்கிலத்தில் ஷார்ட் ஹாண்ட் எடுக்கும்படி பணித்து மாத்ரு பூதத்தின் கையை ஒடித்தான். ஒடிந்த கையோடு கையாக ஷார்ட்ஹாண்டில் எடுத்த பொன்னியின் செல்வனை அரைமணியில் ஒன் ப்ளஸ் ஹண்ட்ரட் டைப் அடித்து வைக்குமாறு கட்டளையிட்டான் கிச்சா.

கிச்சாவின் இந்த சீர்திருத்தச் சித்திரவதை சிகிச்சைகளால் மனத்தளவில் பலவீனமாகி நொந்துபோன மானேஜர் மாத்ருபூதம், விடுதலையான முதல் காரியமாக ஆபீஸுக்குப் போய் 'எக்கேடு கெட்டாவது ஒழியுங்கள்' என்று தானே டைப் அடித்து தன் கைப்பட நோட்டீஸ் போர்டில் ஒட்டிவிட்டு விரக்தியாகத் தன் அறைக்குள் சென்று கதவைச் சாத்திக் கொண்டார். மானேஜர் கைகழுவி விட்டுவிட்ட சந்தோஷத்தில் அந்த ஆபீஸ் சந்தைக்கடையாக மாறியது. ஆரம்பத்தில் டிரான்சிஸ்டரில் பாட்டு கேட்டபடி வேலை செய்ய ஆரம்பித்த அவர்கள், போகப் போக ஆபீஸ் நேரத்தில் லைட் மியூஸிக் கச்சேரி வைத்துக் கொள்ளும் அளவுக்குக் கூத்தடிக்க ஆரம்பித்தார்கள். ஆபீஸ் சீருடை எல்லாம் போய் லுங்கி, ஷார்ட்ஸ், கட்பனியன் என்று காஷுவல் டிரெஸ்ஸுக்கு ஆபீஸ் தாவியது. கிச்சாவால் பரப்பிரம்மமாக ஆகிவிட்ட மாத்ருபூதத்தின் அலட்சியத்தால் அவரை 'மானேஜர் மச்சி' என்று செல்லமாகக் கூப்பிடும் அளவுக்கு ஆபீஸில் டிஸிப்ளின் குறைந்தது. சமீபத்தில், அந்த ஆபீஸில் 'டிஸ்கோ... காபரே' எல்லாம்கூட வந்துவிட்டதாகக் கேள்வி.

இதற்கிடையே மாத்ருபூதம் விடுதலையான மறுநாளே அண்ணாநகரிலிருந்து வந்த எச்சுமிப் பாட்டி அவசர அவசரமாகக் கிச்சாவைக் கூப்பிட்டு, 'அடேய்! ஆயிரம் ரூபாய் சம்பளத்துக்கு அயனான உத்தியோகம் உனக்குக் கிடைக்கப் போறதுடா...' என்று கூற, 'எப்படிப் பாட்டி?' என்ற வாய் பிளந்தான் கிச்சா. 'அண்ணாநகர்ல இருக்கற என் அத்தங்கா பேத்தியோட புருஷன்தான் அந்த கம்பெனிக்கு மானேஜராம். அங்கே அவன் வெச்சதுதான் சட்டமாம்' என்று கூறிய எச்சுமிப் பாட்டியையைப் பார்த்து 'மானேஜர் பேர் மாத்ருபூதமா?' என்று கிச்சா கேட்க, பாட்டியும் 'ஆமாம்' என்று தலையாட்ட, 'பாட்டி, உன்னோட அத்தங்கா பேத்தி என்ன, நம்ம ஜனாதிபதியோட அத்தங்கா பேத்தி சிபாரிசு செஞ்சாக்கூட அந்த வேலை எனக்குக் கிடைக்காது' என்று பூடகமாகக் கூறிவிட்டு, பழையபடி திண்ணைக்குப் போய் மாத்ருபூதத்தால் ஒரு வாரமாக விட்டுப்போன தூக்கத்தை வட்டியும் முதலுமாகச் சேகரிக்க சாய்ந்தான் கிச்சா!

• • • •

போன மாமா திரும்பி வந்தார் வீடு கட்ட...!

எந்தப் பிரச்னைக்கும் அலட்டிக் கொள்ளாமல் எப்போதும் சித்தர்கள் போல இருக்கும் எங்கள் குடும்பத்தினரை, ரயில்வே பாஸ் இருக்கும் தைரியத்தில், வருடத்துக்கு ஒரு தரமாவது பெட்டி படுக்கை ப்ளஸ் ஏதாவது ஒரு பூதாகாரமான பிரச்னை சகிதமாக வந்து வைரஸ் போலத் தாக்குவார் என்னுடைய நாக்பூர் 'நாணா' (நாராயணன்) மாமா!

வந்த கையோடு தனது பனங்காய் பிரச்னைகளை எங்கள் குருவித் தலையில் போட்டுவிட்டு எங்கள் நிம்மதியைக் குலைப்பார் அவர்!

நான்கு மாதங்களுக்கு முன்பு தன் கடைசிப் பெண்ணின் கல்யாணத்தை முடித்த கையோடு நாணா மாமாவை நாக்பூருக்கு ரயிலேற்றிவிட்டு முதலில் பிரிவு உபசாரமாகப் போலிக் கண்ணீரோடு கையசைத்த நாங்கள், ரயில் கண்ணைவிட்டு மறைந்ததும் 'அப்பாடா, தொலைந்தான் கபாலி' என்று என் அப்பா, பெரியப்பா உள்பட அனைவரும் கோரஸாக வாய்விட்டுக் கூவிவிட்டு சந்தோஷமாக வீடு திரும்பினோம். ஆனால், எங்கள் நிம்மதியைக் குலைப்பது போல, எண்ணி நாலே நாள்களில் மறுபடி நாணா மாமா நாக்பூரிலிருந்து, போன ரயிலிலேயே திரும்பி வந்தார்!

எங்கள் உழைப்பில் தனது 'கல்யாணம் பண்ணிப் பார்' கஷ்டத்தைத் தனுக்காகத் தீர்த்துக் கொண்ட நாணா மாமா, கூடிய சீக்கிரம் தான் ரிடையராகப் போவதால் மெட்ராஸில் வீடு கட்டிக் கொண்டு நிரந்தரமாக வந்துவிடப் போவதாகக் கூறிவிட்டு 'வீட்டைக் கட்டிப் பார்' விவகாரத்தையும் எங்கள் வியர்வையில் முடித்துக் கொள்ள முடிவு செய்திருந்தார். விஸ்வாமித்திரர் கையில் ராமரை ஒப்படைத்த தசரதனின் ஸ்டைலில் நாணா மாமாவின் இந்த வீடு கட்டுமானப் பணியை என்னிடம் ஒப்படைத்தார் என் அப்பா.

அதிலிருந்து, என்ன செய்யலாம் என்று கான்க்ரீட் – சிமென்ட் குழம்புக் கலவை போல குழம்பிக் கொண்டிருந்த எனக்கு, 'எச்சுமிப் பாட்டி எண்டர் பிரைசஸ்' என்ற நாமகரணத்தோடு 'இவ்விடம் காலிமனைகள் வாங்க, விற்க, வீடுகள் கட்ட, இடிக்க, பிரிட்ஜ் போட, ஃப்ளை ஓவர்கள், அணைகள் கட்ட...' என்று தாஜ்மஹால் தவிர, தான் பார்த்த அத்தனைக் கட்டட வித்தைகளையும

'சகாய விலையில் செய்து தரப்படும்' என்று தினத்தந்தியில் சில நாள்களுக்கு முன்பு விஸ்வேஸ்வரய்யா கணக்கில் விளம்பரம் செய்துவிட்டு, இன்னமும் கன்னிகூடக் கழியாமல் ஈஒட்டிக் கொண்டிருக்கும் கிச்சாவின் ரியல் எஸ்டேட் பிசினஸ் நினைவுக்கு வந்தது. கூடவே, தன் பேரனுக்கு ஒரு சான்ஸ் தரும்படி எச்சுமிப் பாட்டி உயிரை வாங்கியதால், நச்சரிப்புத் தாங்காத நவநீதக்கோனார் தன்வீட்டுக்கு பாத்ரூம் கட்டித் தருமாறு வேண்டா வெறுப்பாகக் கூற, பாத்ரூம் என்ற பெயரில் கிச்சா கட்டிய அந்தச் செங்கல் சூளை மனத்திரையில் தோன்றியது.

கதவுக்கு இடம் வைக்காமல் சுத்தமாகச் சமாதி போல கிச்சா அந்த பாத்ரூமைக் கட்டிவிட்டு, கடைசி நிமிடத்தில் சமயோசிதமாக பாத்ரூமுக்குள் மேலிருந்த வழியாக நுழையப் படிக்கட்டுகளை போட்டுத் தர, வேறுவழியில்லாமல் தினமும் கோனார் பாவம், நுரைதப்ப படிகளில் ஏறி குளத்துக்குள் இறங்குவதுபோல இறங்கி அரும்பாடுபட்டுக் குளிக்கும் அவலநிலைக்கு ஆளானார். இந்த அழகில் வீட்டு 'சம்ப்'புக்குப் போடுவது போல பாத்ரூம் கூரையில் குளிக்கும்போது மூடிக்கொள்ள கிச்சா போட்டுக் கொடுத்த துருப்பிடித்த இரும்புக் கிராதிப் பலகை, ஒருமுறை அறைந்து சாத்தியதில் இறுக்கமாக மூடிக் கொண்டது. சோப்பு நுரையோடு உள்ளே வசமாக மாட்டிக்கொண்டு வெளியே வரமுடியாமல் தவித்த கோனார், பாத்ரூமை உடைத்துத் தன்னைக் காப்பாற்றும்வரை பொழுது போவதற்காக அந்த இரண்டு நாள்களும் விடாமல் தொடர்ச்சியாகக் குளித்து கின்னஸில் இடம்பெற்றார்!

எங்கள் உயிரை வாங்கும் நாணா மாமாவை பிரமோட்டர் கிச்சாவிடம் கோர்த்துவிட்டால், என் தந்தையின் கட்டளையை நிறைவேற்றியது போலவும் இருக்கும் அதேசமயம் நாணா மாமாவைப் பழிவாங்கியது போலவும் இருக்கும் என்ற எனது 'ஒரு கல் இரண்டு மாங்காய்' திட்டத்தில் உற்சாகம் அடைந்தேன்.

ஒரு கெட்ட நாளில் நாணா மாமாவுக்கு வீடு கட்டப் போகும் காலி மனையைக் காட்ட கிச்சாவும் எச்சுமிப் பாட்டியும் அவரை ஒரு டாக்ஸியில் திணித்து, ஊருக்கு ஒதுக்குப்புறமான இடத்துக்கு அழைத்துப் போனார்கள். ஒரு கட்டத் தில் எங்கே தன்னுடைய நாக்பூர் வந்துவிடுமோ என்ற நாணா மாமா கவலையில் ஆழும் அளவுக்குப் போய்க்கொண்டே இருந்த அந்த டாக்ஸி, 'அரதலைப் பழசூர்' ஊராட்சி ஒன்றியத்தை நெருங்கியதும் இனி பயணம் தொடர முடியாத அளவுக்குப் பாதை மலையும் பள்ளத்தாக்குமாக இருக்கவே, நின்றது.

'களுக்புளுக்' என்று சத்தம் வரும் அளவுக்கு வியர்வையில் தெப்பமாய் நனைந்திருந்த நாணா மாமாவை மேலும் நாலு மைல் நடத்தி அழைத்துச் சென்று, 'பொறம்போக்கூர்' பஞ்சாயத்தைச் சேர்ந்த 'புதர்பாக்கம்' காலனி என்ற வெட்டவெளியைக் காட்டிவிட்டு, 'இங்கிருந்து கல் எறியும் தூரத்தில் உங்கள் பிளாட் இருக்கிறது' என்று கூறி, கிச்சா நெஜமாவே கல்லை எறிந்து காட்ட, புதர் மறைவில் இயற்கை அழைப்பில் லயித்துக் கொண்டிருந்த சிலர் மீது அது பட, வேட்டியை மடித்துக் கட்டிக்கொண்டு அவர்கள் அரிவாளோடு

'டாய்' என்று குரல் கொடுத்தவாறு கோபத்துடன் பாய்ந்து வர, அவர்களைக் கிச்சா சமாதானப்படுத்த, 'பாதியில்' வந்ததால், அவர்களும் அவசரமாகப் பின் வாங்கினார்கள். கிச்சாவோ அவர்கள் அமர்ந்திருந்த புதர் மறைவைக் காட்டிப் பரவசத்துடன் 'சார், வீடு கட்டற பட்சத்துல, இந்த இடத்துல பாத்ரூமை வெச்சுக்கலாம். சகுனமா இருக்கு...' என்று சிலேடையாகக் கூறினான்.

இத்தனை அவஸ்தையிலும் கிச்சா காட்டிய இடத்தில் கிரவுண்ட் விலை சல்லிசாக இருந்ததால் பொறுமையாக இருந்த நாணா மாமாவிடம் ரயில்வே லைனைக் காட்டி 'பக்கத்துலேயே ஸ்டேஷன் இருக்கு. நெனைச்சா நீங்க நாக்பூர் போகலாம்' என்று எச்சுமிப் பாட்டி கூறியதும், பரவசத்தின் உச்சிக்கே போய்விட்டார் நாணா மாமா.

தடம் புரண்டால்தான் அந்த மயான ஏரியாவில் ரயில் நிற்கும் என்பது பாவம், நாணா மாமாவுக்குத் தெரியாது. அப்போது ஒரு புதர் மறைவிலிருந்து 'சின்ன புலியா, இல்லை பெரிய பூனையா' என்று சொல்ல முடியாத அளவுக்கு ஒரு ஐந்து எட்டிப் பார்த்து உறுமிவிட்டு மறைய, வெலவெலத்துப் போன நாணா மாமாவை, 'டெவலப்பிங் ஏரியா... காலனி வந்துட்டா அதெல்லாம் காட்டுக்குள்ள ஓடிப்பூடும்' என்று கூறி கிச்சா சமாதானப்படுத்தினான்.

நாணா மாமாவுக்கு வயிற்றில் இனம் புரியாத பீதி புலியைக் கரைத்தாலும், விதி விளையாடவே, வீடு கட்டுவதற்காக 75 சதவீதப் பணத்தையும் 'எச்சுமிப் பாட்டி எண்டர்பிரைசஸ்' பெயரில் பாங்கில் போட்டுவிட்டார்.

நாணா மாமாவுக்கு வீடு கட்டும் பணியில் இறங்கிய கிச்சா, முதல் வேலையாக கிரவுண்டைச் சுற்றிக் கோட்டை மதில் உசரத்துக்கு காம்பவுண்ட் சுவரைக் கட்டினான். அதுவும் வளைந்து வளைந்து 'கிரேட் வால் ஆஃப் சைனா' போல இருப்பதைப் பார்த்த நாணா மாமா 'இதில் ஏதாவது சூது உள்ளதோ...' என்ற பாவனையில் பரிதாபமாகப் பார்க்க, 'சதுரமாக காம்பவுண்ட் சுவர் கட்டு வதைவிட இப்படி வளைத்து வளைத்துக் கட்டினால் செங்கல் மிச்சமாகும்' என்று கூறிய கிச்சா, அதை நிருபிப்பது போல மிச்சமான இரண்டே இரண்டு செங்கற்களைக் காட்டி அவரைச் சிந்திக்க வைத்துக் குழப்பினான்.

நடப்பது நடக்கட்டும் என்று நாக்பூர் புறப்பட்டுப் போனார் நாணா மாமா. ஆனால், நான்கு மாதங்களில் கிச்சா அடித்த 'ஸ்டார்ட் இம்மீடியட்லி. பில்டிங் எக்ஸ்பையர்ட்' தந்திக்கு அர்த்தம் புரியாமல் அலறிப் புடைத்துக் கொண்டு வந்த நாணா மாமாவை ஜல்லி தூக்கும் பாண்டு பாத்திரத்தில் உட்கார வைத்து கயிறு கட்டி காம்பவுண்ட் சுவர் தாண்டி ஏற்றி இறக்கினான் கிச்சா.

அந்த நான்கு மாதங்களில் கிச்சா தோட்டத்தில் வேலிகாத்தான், அரளி, நெருஞ்சி முள், ஆமணக்கு என்று தேவையில்லாமல் போட்ட விஷச்செடிகள், கட்டிய வீட்டையே மறைக்கும் அளவுக்கு ராட்சஸத்தனமாக வளர்ந்திருந்தன. அதைப் பார்த்த நாணா மாமா, ரகசியமாகக் கண்ணீர் வடித்தார். ஒரு மாதிரியாக புல் பூண்டு புதர்களை வெட்டி கிச்சா செப்பனிட்டுக் கொடுத்த ஒற்றையடிப் பாதையில் நடந்து வீட்டை நெருங்கிய நாணா மாமா, வாசலில் தான் விரும்பிக்

கேட்ட போர்டிகோ, வராண்டா போன்ற விஷயங்கள் இல்லாதது கண்டு 'எங்கே அவை?' என்று சற்றுக் கோபமாகக் கேட்க, எச்சுமிப் பாட்டியும் கிச்சாவும் என்னமோ காணாமல் போன குழந்தையைத் தேடுவது போல சிறிது நேரம் தேடினார்கள். பின்னர் திடரென்று நினைவுக்கு வந்ததுபோல, 'மன்னிக்கணும் மாமா, வீட்டு பிளானைத் தெரியாத்தனமா தலைகீழாத் தொங்கவிட்டு அதைப் பாத்துப் பாத்துக் கட்டினதுல மேஸ்திரி மறந்துபோய் மாடியை முதல்ல கீழே கட்டிட்டார். அப்புறம் யாரோ பிளானை சரியா மாட்டிட்டாங்க போலருக்கு. அதனால மறுபடி ஒரு தடவை மாடியை மாடியிலேயே கட்டிட்டார். அதான் மேல கீழ, ரெண்டு மாடியா போயிட்டதால பால்கனி ரெண்டாயிடுத்து. நீங்க கேட்ட போர்டிகோ, வராண்டா மிஸ் ஆயிடுத்து...' என்று கூறிய கிச்சாவின் கழுத்தை நெரிக்கப் பாய்ந்தவரின் கவனத்தை, வீட்டை ஒட்டி வலது-இடது புறத்தில் தலா ஒன்றாக துவாரபாலகர்கள் கணக்கில் நின்ற ரெண்டு சிங்கிள் ரூம்கள் ஈர்க்கவே, கிச்சாவிடம் அதைக் காட்டி 'அந்த ரெண்டு அவஸ்தைகள் என்ன?' என்று கர்ஜித்தார்.

'நீங்கதானே அட்டாச்சுடு பாத்ரும் வேணும்னு சொன்னீங்க... ஒண்ணு லேடிஸுக்கு... இன்னொன்னு ஜென்ட்ஸுக்கு... தனியாகட்டி ரெண்டுத்தையும் தரதரன்னு இழுத்துண்டு வந்து நேத்துதான் சிமெண்ட் அரால்டெய்ட் கலவை போட்டு வீட்டோட அட்டாச் பண்ணேன்' என்று கூறினான் கிச்சா. அந்த இரண்டில் ஒரு பாத்ரூம் கதவில், பொதுக் கழிப்பிடத்தில் உள்ளது போல 'ஆண்கள்' என்று எழுதி தனது படத்தையும் மற்றதில் 'பெண்கள்' என்று எழுதி தனது மனைவியின் படத்தையும் வரைந்திருப்பதைப் பார்த்த நாணா மாமா, பைல்ஸ் வந்துவிட்ட அவஸ்தையில் நெளிந்தார்!

கிச்சாவால் தனக்கு ஏற்பட்ட நிகரநஷ்டத்தையும் தெரிந்துகொள்ள வீட்டுக்குள் நுழைந்த நாணா மாமா, தரையில் தான் சொன்ன மொஸைக்குக்குப் பதிலாக நாலு அடி நடந்தால் உராய்வில் வீடே தீப்பற்றிக் கொள்ளும் அளவுக்குப் பொறி பறக்க வைக்கும் சொரசொரப்பான ஏதோ ஒரு கண்றாவி கடப்பைக் கற்களைப் போட்டிருப்பதைப் பார்த்து, மேஸ்திரி, கொத்தனார் இருக்கிறார்கள் என்பதையும் மறந்து குழந்தை போல விசித்து விசித்து அழ ஆரம்பித்தார்.

ஐந்து லட்ச ரூபாயை விரயமாக்கி, வீடு என்ற பெயரில் சினிமா படப் பிடிப்புக்கு மட்டுமே பயன்படும் ஒரு பாழடைந்த புது பங்களாவைத் தன் தலையில் கட்டிய கிச்சா மீது நாணா மாமாவுக்கு ஆத்திரம் வந்தாலும், கூடவே ஆச்சரியமும் அடைந்தார். ஆம். அந்த இரண்டு கிரவுண்டில் வீடு கட்டியது போக எப்படியோ இரண்டு கிரவுண்டை காலிமனையாக மீதி வேறு வைத்திருந்தான் கிச்சா. பூஜை அறை தவிர, மற்ற அறைகள் புறா கூண்டுகள் போல பொந்து பொந்தாக இருந்ததால், அந்த வீட்டை ஏதாவது கோழிப் பண்ணைக்கு வாடகைக்கு விட்டுவிட்டு, கிச்சா மீதியாக வைத்த அந்த இரண்டு கிரவுண்டில் நல்ல காண்ட்ராக்டராகப் பார்த்து புது வீடு கட்டத் தீர்மானித்திருக்கிறார் நாணா மாமா!

•••

கின்னஸில் கிச்சா!

தமிழ்ப் புத்தாண்டுக்கு டி.வி.யில் போட்ட 'லிஃப்டில் மாட்டிக் கொண்டு கின்னஸில் இடம்பெற்ற' மௌலியின் நாடகத்தை ரசித்த நமது கிச்சாவை, கின்னஸ் ஆசை கெட்டியாகப் பிடித்துக் கொண்டது! கின்னஸ் புத்தகத்தில் 'அட, அட்லீஸ்ட் அச்சுப்பிழையாகவாவது தன் பெயர் இடம்பெறாதா...?' என்ற ரீதியில் கிச்சாவுக்கு உண்டான அல்ப ஆசை, அன்று சாயங் காலத்துக்குள் கின்னஸ் புத்தகத்தின் அட்டைப் படத்தையே தான் எப்பாடு பட்டாவது அலங்கரித்து விடவேண்டும் என்ற அளவுக்கு வெறியாக மாறி விசுவரூபம் எடுத்தது. உடனடியாக, கி.உ. சாதனைகளை நிர்ணயிக்கும் விதிமுறைகளைத் தெரிந்து கொள்ள விரும்பிய கிச்சா, 'கீப் ரெடி தி கின்னஸ் புக்... ஐ'யாம் கமிங் ஷார்ட்லி' என்று எனக்குத் திருவல்லிக்கேணியிலிருந்து டெலிபோனில் டெலிகிராம் அடித்துவிட்டு, கூடவே வந்தும் சேர்ந்தான்.

கிச்சா கேட்ட அந்தப் பத்து வருடப் பழைய கின்னஸ் பதிப்பை இப்போது என் வீட்டில் தேடிக் கண்டுபிடிப்பது என்பது எக்ஸிபிஷனில் தொலைந்து போன குழந்தையைக் கண்டுபிடிப்பதைக் காட்டிலும் கஷ்டமான காரிய மாகப் பட்டால், நைஸாக நான் ஜகா வாங்க, 'நானே தேடுவேன்' என்று ரெய்டுக்கு வந்த இன்கம்டாக்ஸ் ஆபீஸரின் ஆவேசத்தோடு அந்தப் புத்த கத்தைத் தேட ஆரம்பித்த கிச்சா சரியாக அரைமணி நேரத்தில், என் வீட்டார் காணாமல் போய்விட்டதாகக் கைகழுவி விட்டுவிட்ட எனது தாத்தாவின் வெள்ளிச் சுண்ணாம்பு டப்பா, என் தம்பி குழந்தைக்குக் கோயம்புத்தூர் அத்தை கொடுத்த கொலுசு, பத்து வருடங்களாகப் பூட்டியே கிடக்கும் மொட்டைமாடி ரூம் சாவி, பாட்டியின் பல்செட், இதுதவிர இரண்டு சவுரிகள், காபி ஃபில்டர், மூணு சக்கர சைக்கிளின் மூன்றாவது சக்கரம்... இப்படி ஒரே சமயத்தில் கிட்டத்தட்ட காணாமல் போன நானூற்றி முப்பது பொருள்களைக் கண்டுபிடித்து, கடற்கொள்ளைக்காரன் போல கொண்டு வந்து கொட்டினான். கொட்டிய பொருள்கள் மீது குப்புற விழுந்து நீச்சல் அடித்துத் தேடியதில், அந்த கின்னஸ் புத்தகமும் இருந்தது!

பெத்த பிள்ளையைப் பாலூட்டிச் சீராட்டி வளர்க்கும் தாயின் கரிசனத்தோடு ஏழு, எட்டு அடிக்கு விரல் நகம் வளர்க்கும் விவஸ்தைக் கெட்டத்தனம்,

முத்தமிட்டபடி வாரக்கணக்கில் போஸ் கொடுக்கும் போக்கிரித்தனம், பார்சல் பேப்பரைக் கிழியாமல் பிய்த்துப் பிரித்து எடுப்பதுபோல பூமாதேவி பொறுமையோடு ஆப்பிள் தோலை உரிக்கும் திறமை போன்ற வேலை வெட்டி இல்லாத மனிதர்களின் சாதனை முயற்சிகள் என அந்தப் புத்தகத்தில் போட்டிருந்தவை கிச்சாவுக்கு ஊக்கம் அளித்து உசுப்பிவிட்டன. கிச்சாவுக்கு வீரத் திலகம் இட்டு அவன் கின்னஸ் சாதனை படைக்க ஆசீர்வதித்த எச்சுமிப் பாட்டி, 'இதெல்லாம் என்ன புடலங்காய் சாதனை! எம்பேரன் கிச்சா பொறந்த நாள்லேர்ந்து அஞ்சு வயசு வரை செஞ்ச சின்ன வயசு சாதனை களைச் சொல்ல ஆரம்பிச்சா, கின்னஸ் மாதிரி சின்னஸ்னு ஒரு புத்தகம் போட வேண்டி வரும்' என்று கூறியவள், கிச்சா படைத்த பாலகாண்டப் பிரதா பங்களைப் பட்டியல் போட ஆரம்பித்தாள்.

1955 ஆகஸ்ட் 27-ம் தேதி முதல் கின்னஸ் புத்தகம் பிரசுரமான அன்றுதான் நமது கிச்சா பிரசவமானான்.

இருபத்தைந்து பவுண்ட் இரண்டு அவுன்ஸ் எடையில் பிறந்த கிச்சா, கனமான குழந்தை என்ற சாதனை படைத்ததோடு, பிறந்த இரண்டாவது மாதத்திலேயே அவனுக்கு அரிசிப் பல் முளைக்க ஆரம்பித்துவிட்டதால், சரியாக ஐந்தாவது மாதத்தில் பிரஷ்ஷால் தேய்க்கும் அளவுக்கும் கிச்சாவுக்குப் பெரிசு பெரிசாகக் கடைவாய்ப் பல், சிங்கப்பல் என்று முப்பத் திரண்டு பற்களும் முளைத்துவிட்டதாம்.

தவழ்தல், தத்தித் தத்தி நடத்தல் போன்றவற்றையெல்லாம் ஓரம்கட்டி விட்டு ஒரேயடியாக ஏழாவது மாதத்தில் உத்தரத்தில் கட்டிய தூளியிலிருந்து எழுந்து அதைப் பிடித்தபடி டார்ஜான் கணக்கில் ஆடி மேஜைக்குத் தாவி சேர் வழியாகத் தரைக்குக் குதித்து சமையல் அறைக்கு வந்து, 'பாட்டி, பால் ரெடியா?' என்று கிச்சா கேட்டது இன்றும் பசுமையாக நினைவில் இருப்ப தாகப் பெருமையோடு கூறினாள் எச்சுமிப் பாட்டி.

'இனி எல்லோரும் என்னை 'கின்னஸ் கிச்சா' என்று அழைக்கச் செய்வேன்' என்று வீறுகொண்டு எழுந்தான் கிச்சா.

வெற்றிலை, சீவல், புகையிலை போட்டு வெகுதூரம் துப்புவதில் ஆரம்பித்து திருவல்லிக்கேணியிலிருந்து திண்டிவனம்வரை கை எடுக்காமல் கோலி ஆடிக்கொண்டே போகும் வரையில் கிச்சா தான் செய்யவிருக்கும் சாதனை களைச் சொல்லச் சொல்ல... ஆயிரம் ரூபாய்க்கு ஸ்டாம்ப் ஒட்டும் அளவுக்குப் பக்கம் பக்கமான லெட்டரில் விடிய விடிய எழுதி கின்னஸின் லண்டன் அட்ரஸுக்குப் போட்டேன். அதிர்ஷ்டவசமாக அப்போது இந்தியாவுக்கு வந்திருக்கும் ஒரு கின்னஸ் அதிகாரியை அடுத்த வாரமே அனுப்புவதாகவும் கிச்சாவைத் தயாராக இருக்கும்படியாகவும் லண்டனி லிருந்து பதில் தகவல் வந்தது.

சொன்னபடி வந்த கின்னஸ் அதிகாரியின் நேரடி மேற்பார்வையில் கிச்சாவின் அதிரடி கின்னஸ் சாதனைகள் ஒரு சுபயோக சுபதினத்தில் ஆரம்பமானது.

முதல் சாதனையாக எச்சுமிப் பாட்டி வார்த்து வார்த்துப் போடும் தோசை களை விடாமல் தின்று காட்டுவதாகக் கூறிவிட்டு, ஏற்கெனவே 'தோசை' என்றால் என்ன என்று புரியாமல் குழம்பிக் கிடந்த கின்னஸ் அதிகாரியிடம், 'சவுத் இண்டியன் ஆம்லெட் வித்அவுட் எக்' என்று கூறி மேலும் குழப்பிய கிச்சா, திடீரென்று நினைவுக்கு வந்தவனாக அவரிடம், 'சாதாவா? மசாலாவா? கின்னஸுக்கு எது ஓகே?' என்று கேட்டு பாயைப் பிறாண்ட வைத்தான். பின்னர், எச்சுமிப் பாட்டி அரை மணியில் வார்த்துப் போட்ட ஐம்பது தோசைகளை, தொட்டுக்கொள்ள சட்னி, மிளகாய்ப் பொடிகூடப் போட்டுக் கொள்ளாமல் அப்படியே சாப்பிட்டுவிட்டு 'போதுமா' என்பது போல அவரைப் பார்த்தான். ஐம்பது தோசை சாப்பிட்ட கிச்சாவைவிட அரை மணியில் அத்தனை தோசைகளை வார்த்துப் போட்ட எச்சுமிப் பாட்டியின் பெயர்தான் கின்னஸில் வர வாய்ப்பு இருக்கிறது என்று அதிகாரி கூறி, கிச்சாவின் முதல் சாதனையை நிராகரித்தார். நொந்துபோன கிச்சா, சத்தத்தை 'டெஸிபெல்' அளவில் காட்டும் மீட்டரை ரெடியாகக் கையில் எடுத்து வைத்துக் கொள்ளும்படி கூறிவிட்டு கின்னஸ் ஏப்பம் விட்டுக்காட்ட முடிவு செய்தான். 'ரெடி... ஸ்டார்ட்' என்று அதிகாரி சொன்னதும், அதிக அளவு தோசை தந்த அஜீரணத்தை லண்டனில் உள்ள மேலதிகாரிகளுக்கே கேட்கும் அளவுக்கு அசுரத்தனமாக ஒரு ஏப்பம் விட்டான். கிச்சாவின் துரதிர்ஷ்டம், வாசலில் கட்டிய எருமை மாடு அந்தச் சமயம் பார்த்து கழுநீர் தண்ணியைக் குடித்த குஷியில் போட்ட 'யம்மாவ்' சத்தம், கிச்சாவின் ஏப்பச் சத்தத்தை 'அஸ்வத்தாமா அதஹ... குஞ்சரஹ'வாக அமுக்கியது.

விக்கிரமாதித்த கிச்சாவை மீண்டும் முயற்சிக்குமாறு கின்னஸ் அதிகாரி கேட்டுக் கொள்ள, கிச்சா விட்ட இரண்டாவது ஏப்பம் பலவீனமாக அபலைப் பெண்ணின் விசும்பலாக வெளிப்பட, அவனது இரண்டாவது சாதனையும் பிசுபிசுத்தது. பத்தாத குறைக்குக் கிச்சாவை வெறுப்பூட்டுவது போல அந்த அதிகாரி 'வாசல் எருமை'யின் சொந்தக்காரக் கோனாரிடம் அதன் குலம் கோத்திரங்களை விசாரித்துவிட்டு, ஆப்பிரிக்கக் காட்டு எருமையை விட நான்கு ஐந்து டெஸிபெல் கூடுதலாகக் கனைத்த கோனாரின் எருமைக்கு கின்னஸ் புத்தகத்தில் கால்நடைகள் அத்தியாயத்தில் இடம் தருவதாகக் கூறிவிட்டு கிச்சாவை 'நெக்ஸ்ட்' என்ற ரீதியில் நக்கலாகப் பார்த்தார்.

அடுத்ததாக, கின்னஸ் அதிகாரியைப் பார்த்தசாரதிப் பெருமாள் கோயிலுக்கு அழைத்துச் சென்றான் கிச்சா. பெருமாள் சந்நிதியில் பத்து தரம் விடாமல் அங்கப்பிரதட்சணமாக உருண்டு சுற்றி அசத்திக் காட்டி கோயிலைவிட்டு வெளியே வந்த கிச்சாவை, பழிவாங்குவதுபோல படபடக்கும் வெயிலையும் தகிக்கும் தார்ரோட்டையும் பொருட்படுத்தாமல் ஒருவன் 'கோவிந்தோ' போட்டபடி திருவல்லிக்கேணியையே அங்கப்பிரதட்சண மாகச் சுற்றிக் கொண்டிருப்பதைப் பார்த்து வியந்த கின்னஸ் அதிகாரி, தனது டைரியில் 'அங்கப்பிரதட்சணம்'' என்பதற்கு எதிராக சற்று முன்பு எழுதிய கிச்சாவின் பெயரை ஆக்ரோஷமாக அடித்துவிட்டு, அந்த இடத்தில் 'கோவிந்தோ' என்று எழுதிக் கொண்டார்.

உடனே கிச்சா, 'இந்த கோவிந்தா என்ன பெரிய பிரமாதம்… இதைவிட நான் 'அங்கப்பிரதட்சணிங்' சாதனை செஞ்சு காட்டறேன் பாருங்க' என்று தன்னுடைய ஃபுல் கைச் சட்டையைச் சுருட்டி சவால் விட்டான். அது என்ன 'அங்கப்பிரதட்சணிங்' என்று அதிகாரி குழம்ப, 'கடற்கரையில் ஜாகிங், வாக்கிங் போற மாதிரி அங்கப்பிரதட்சணிங்' என்று விளக்கம் தந்தான் கிச்சா. கின்னஸ் அதிகாரியை அடுத்த நாள் அதிகாலை (அதி இருட்டு?) நேரத்தில் கடற்கரைக்கு அழைத்துப் போனான். போட்டிருந்த பாண்ட், சட்டையோடு பிளாட்பாரத்தில் படுத்து அண்ணா சமாதியிலிருந்து தன் அங்கப்பிரதட் சணத்தைத் தொடங்கினான். கடலில் குளிக்கப்போகும் ஏகப்பட்ட எருமை மாடுகளைப் பார்த்துப் பயந்து நடுங்கியவாறே கின்னஸ் அதிகாரியும் கூடவே நடந்து வந்தார்.

கடற்கரையில் அதிவேகமாக வாக்கிங் போகும் முன்னாள் அமைச்சர்கள் உள்ளிட்ட பல வி.ஐ.பி.க்கள், இருட்டில் பிளாட்பாரத்தில் உருண்டு வரும் கிச்சாவின் உருவம் கண்ணுக்குத் தெரியாமல் கால் தடுக்கிக் கீழ விழ, ஏகக் குழப்பமாகி வேடிக்கை பார்க்கக் கூட்டம் சேர்ந்து அங்கு 'டிராஃபிக் ஜாம்' ஆனது. ஒரு கட்டத்தில் போலீஸ் வந்து பப்ளிக் பிளேஸில் பிரச்னை உண்டாக்கியதாக அஞ்சாறு செக்ஷன் பேர்களைச் சொல்லி கிச்சாவின் மீது குற்றம்சாட்டி கிச்சாவை எழுப்பி கட்டாயமாக இழுத்துச் செல்ல, கிச்சாவின் 'அங்கப்பிரதட்சணிங்' 'அரைகுறை பிரதட்சணிங்' ஆக முடிவு பெற்றது.

வெற்றிலை, சீவல், புகையிலை குதப்பி எச்சிலை வெகுதூரம் துப்பிக் காட்டிச் சாதனை படைக்க எண்ணி, வீட்டுத் திண்ணையில் இருந்து கீழே விழுந்து விடும் அளவுக்கு எம்பி, நாபிக் கமலத்திலிருந்து உத்வேகத்தை நாக்குக்குக் கொண்டுவந்து உதடுகளை அழகு காட்டுவதுபோல கோரமாகக் குவித்து கிச்சா காறித் துப்பிய புகையிலைச் சாறு ஆல்மோஸ்ட் 'எச்சில் துப்பல் கின்னஸ் சாதனையை' முறியடிக்கும் சமயத்தில், அசம்பாவிதமாக, அங்கு வந்த மணவாள ஐயங்காரின் மயில்கண் வேட்டியில் கறை போட்டது. 'பழிக்குப் பழி… ரத்தத்துக்கு ரத்தம்' டைப் மணவாள ஐயங்கார் 'புகையி லைக்குப் புகையிலை' என்று முடிவு செய்து சாவகாசமாக வெற்றிலை, சீவல் புகையிலை போட்டு நாக்கு உதிரும் அளவுக்கு நாராசமாகக் குறிவைத்துத் துப்ப, உமிழ்ந்த புகையிலைச் சாறு குங்குமம் இட்டது போல கிச்சாவின் நெற்றியில் சிவப்பாக ஒட்டிக் கொண்டது. மணவாள ஐயங்காரின் துல்லியமான துப்புதலுக்கு கின்னஸ் ஒப்புதல் அளிப்பதுபோல அந்த அதிகாரி கைதட்டி ஆரவாரம் செய்தது கிச்சாவுக்கு வயிற்றெரிச்சலைத் தந்தது.

இப்படியாக அந்த ஒரு வாரத்தில், ஒரே சமயத்தில் பம்பரம், கில்லி, கோலி விளையாடுதல், வேட்டியை விடாமல் மடித்துக் கட்டி, அவிழ்த்து மறுபடி மடித்துக் கட்டி என்று ஏழு மணிநேரம் செய்து காட்டுதல், போட்ட சொக்காய் பனியன் சொட்டுகூட நனையாமல் ஷவரில் தலைக்கு மட்டும் குளித்தல், கால்பிடிப்பு பிய்ந்துபோன சிங்கப்பூர் செருப்பைப் போட்டுக் கொண்டு செருப்பு நழுவாமல் அதிவேகமாக நடத்தல் என்று ஐநூறுக்கும்

மேற்பட்ட கின்னஸ் சாதனைக்கான முயற்சிகளை அந்த அதிகாரிக்குச் செய்து காட்டினான் கிச்சா.

அதையெல்லாம் கர்மசிரத்தையாகக் குறித்துக் கொண்ட அவர், ஊருக்குப் போய் லெட்டர் போடுவதாக, பெண் பார்க்க வந்த மாப்பிள்ளை வீட்டுக்காரர் போல சொல்லிவிட்டு லண்டன் போனார்.

செய்து காட்டிய ஐந்நூறுக்கும் மேற்பட்ட அயிட்டங்களில் ஏதாவது ஒன்றில் வெற்றி பெற்று கின்னஸில் இடம் பிடித்துவிடலாம் என்ற நம்பிக்கையில் இருந்த கிச்சாவுக்குப் போன வாரம் லண்டனிலிருந்து கடிதம் வந்தது. வந்த கின்னஸ் அதிகாரி கடிதத்தில், 'தாங்கள் செய்து காட்டிய சாதனை முயற்சிகளை மேலிடத்துக்கு விவரமாகக் குறிப்புகளோடு காட்டினேன். தங்களது முயற்சிகள் எதுவுமே கின்னஸ் புத்தகத்தில் போடும் அளவுக்கு உருப் படியான அயிட்டங்கள் அல்ல என்று மேலிடம் முடிவுசெய்ததை ஆழ்ந்த அனுதாபத்துடன் தெரிவித்துக் கொள்கிறேன். இருந்தாலும் கின்னஸில் இடம்பெற வேண்டும் என்ற ஒரே லட்சியத்துக்காக உலகில் இதுவரை யாரும் தங்களைப் போல ஐந்நூறுக்கும் அதிகமாக முயற்சிகளை மேற் கொண்டதில்லை. தங்களுடைய இந்த லட்சிய வெறியையே ஒரு மாபெரும் கின்னஸ் சாதனையாக மேலிடம் கருதுகிறது. அந்த வகையில் உங்கள் பெயர் கின்னஸில் இடம்பெற மேலிடம், கின்னஸ் கமிட்டிக்கு உங்கள் பெயரைச் சிபாரிசு செய்துள்ளது. மற்ற விவரங்கள் அடுத்த கடிதத்தில்' என்று எழுதியிருந்தார்!

கின்னஸில் இடம்பெறுவதற்காக ஒரு வாரம் செய்த முயற்சிகள் தோல் வியுற்று முட்டாளான தன்னை நினைத்து அழுவதா, இல்லை, முயன்றதையே சாதனையாகக் கருதி கின்னஸில் போட சிபாரிசு செய்த அவர்களை எண்ணிச் சிரிப்பதா என்று கிச்சாவுக்குச் சுத்தமாகப் புரியவில்லை!

•••

கிச்சாவின் ஆபரேஷன் காத்தாடி ஸ்டார்!

சென்ற மாதம் கிச்சா பீச்சில் விட்ட பாணாக் காத்தாடி பெரிய தெரு பாலுவால் டீல் செய்யப்பட்டு அறுந்து திருவல்லிக்கேணியிலிருந்து சேப்பாக்கம் வழியாக சென்ட்ரலுக்குப் போய், பிறகு எதிர்காற்றில் திரும்பி மவுண்ட் ரோடு வழியாக சென்னையை வலம் வந்து, துரத்தி வந்த கிச்சாவுக்குத் தண்ணி காட்டி விட்டு இறுதியில் 'யமஹா' என்ற அந்த ஓங்கி உலகளந்த உத்தமர் தம் (போகும்!) ஒன்பது மாடி தனியார் ஆஸ்பத்திரியின் மொட்டை மாடி உச்சியில் ஒய்யாரமாக வந்து விழுந்தது.

செலவையும் சிகிச்சையையும் வைத்துப் பார்த்தால், 'யமஹா'வுக்குள் நுழைவதற்கு முன்பு உயில் எழுதி வைத்துவிட்டு நுழைவதுதான் உத்தமம். பெரும்பாலும் பிரைவஸிக்காகத் தவிக்கும் பணக்காரர்களின் சரணாலயமாகத் திகழும் அந்த 'ரிச் பீபிள் ரிலாக்ஷேஷன் சென்ட'ருக்குள் காத்தாடி மீட்புப் பணிக்காக கிச்சா தயங்கித் தயங்கி ஆர்த்தரைடீஸ் வந்தவன் போல நடந்து நிதானமாக உள்ளே நுழைந்தான். அங்கு ஆண்களும் பெண்களும் என்னமோ டிஸ்கோ ஆடப் போவது போல சிரித்துப் பேசி மகிழ்ந்து போய் வந்து கொண்டிருப்பதைப் பார்த்து 'இது போர்டிங் இல்லாத ஃபைவ் ஸ்டார் லாட்ஜிங் ஓட்டல்' என்ற திடமான முடிவுக்கு வந்தான்.

'வியாதியஸ்தர்கள் உள்ளே வரக்கூடாது' என்று வாசலில் பலகையில் எழுதிப் போடும் அளவுக்குப் படுசுத்தமாக இருந்த அந்த ஆஸ்பிட்டலை, தப்பாக பெரிய சைஸ் ஆர்யபவன் என்ற பாவனையோடு, காத்தாடி எடுக்க மொட்டை மாடிக்கு வழி கேட்பதற்காக ரிசப்ஷனை நெருங்கினான் கிச்சா. அங்கே டெலிபோனில் மறுமுனை ஆசாமியை மயக்கிக் கொண்டிருந்த வரவேற்பு மாதுவிடம் வாய்தவறி 'சூடா என்ன இருக்கு?' என்று கேட்டுவிட்டு, பிறகு சுதாரித்துக் கொண்டு மொட்டைமாடி, காத்தாடி, மாஞ்சா நூல் போன்றவை களுக்கு 'டாப் ஃப்ளோர்... ஃப்ளையிங் கைட்... ஃபெல் டௌன்' என்று அபிநயம் பிடித்து கேட்க, அவள் 'யார் இந்த ஜந்து?' என்கிற ஸ்டைலில் பார்த்துவிட்டு கிச்சாவுக்கு லிஃப்டைக் காட்டினாள்.

லிஃப்டுக்காக காத்திருந்து கால் கடுத்த கிச்சா, அங்கிருந்த நோயாளிகளுக்கான வீல் சேரில் அமர்ந்தான். அப்போது நர்ஸுகள் புடைசூழ அல்லிராணி கணக்கில் வந்த சீனியர் லேடி டாக்டர், வெயிட்டிங் ஹால் வீல்சேரில் வியாதியஸ்தனைவிட மோசமாக 'இன்றோ நாளையோ' லெவலில் துவண்டு கிடக்கும் கிச்சாவின் முகவாயை ஆதரவாகப் பிடித்துத் தூக்கி 'என்ன ப்ராப்ளம்?' என்று கரிசனமாகக் கேட்டாள்.

திக்குமுக்காடிப் போன கிச்சா நடந்து போகிறவர்கள் வழுக்கி விழும் அளவுக்கு ஜொள்ளு கொட்டினான். அந்த நர்ஸ்குமாரியின் தொடலால் நெகிழ்ந்துபோன கிச்சா 'கைட்... கைட்' என்று கூறி மொட்டை மாடியை ஆக்‌ஷனில் காட்டித் தனது காத்தாடி மாட்டிக்கொண்ட கஷ்டத்தை அர்த்த புஷ்டியோடு அபிநயித்துக் காட்டினான். 'எங்கே சொல்லுங்கள் பார்ப்போம், இது என்ன வியாதி? பாவனையில் அந்த சீனியர் குஷ்பு தனது ஜூனியர்களைப் பார்க்க, அவர்கள் தங்கள் கையில் வைத்திருந்த தடிமனான மருத்துவப் புத்தகங்களில் 'கேஃபார் கைட்' என்று கூறி புரட்டியபடி, கிச்சாகூறிய 'கைட்' என்ற வியாதியையும் அதற் கான சிகிச்சையையும் தேடி அலுத்துக் காணாமல் திருதிருவென்று முழித்தனர்.

'படித்தால் மட்டும் போதுமா? ப்ராக்டிஸ் வேணாமா?' என்ற கண்டிப்பை கண் உருட்டலில் காட்டி மிரட்டிய அந்த சீனியர் லேடி டாக்டர், தான் சொல்வதை அவர்கள் உன்னிப்பாகக் கேட்கும்படிப் பணித்தாள். பிறகு பேந்தப் பேந்த முழித்துக் கொண்டிருந்த கிச்சாவின் விழி இரப்பைகளைத் தன் விரல்களால் நீவி பெரிதாகப் பிரித்து தன் முகத்தை அருகில் கொண்டு போய் வைத்துக் கொண்டாள். 'டயக்னைஸ் செய்கிறேன் பேர்வழி' என்று கிச்சாவை 'கண்ணோடு கண் நோக்கி' காட்டமாக சைட் அடித்தாள். அவள் செய்தது டயக்னாஸிஸ் பரிசோதனை என்று புரியாத கிச்சா பயந்துபோய் 'மாமி! அப்படிப் பார்க்காதீங்கோ. சத்தியமா காத்தாடி என்னோடதுதான். பாலு டீல் போட்டுட்டான்' என்று பேத்த ஆரம்பித்தான்.

'இந்த நாற்பது வயதிலும் கிச்சா பட்டம் விடுவான்' என்பதை அவள் நினைத்துக்கூடப் பார்க்க முடியாததால், கிச்சாவின் 'காத்தாடி, டீல்' வார்த்தைகளை வியாதியின் சிம்ப்டமாடிக் வெளிப்பாடுகளாக எடுத்துக் கொண்டு, அமெரிக்கா கண்டுபிடித்த கொலம்பஸ் பந்தாவோடு தனது சோதனையில் சொக்கிக்போயிருந்த சீனியர், தன்சக ஜூனியர் டாக்டர்களைப் பரவலாகப் பார்த்துவிட்டு, சோதனை எலியான கிச்சாவைச் சுட்டிக்காட்டி 'பிள்ளைகளா, இவருக்கு வந்திருக்கிறது ஒரு புது மாதிரியான டைப் நியூரோ ப்ராப்ளம். அதான் காத்தாடி, டீல், மாஞ்சா கயிறுன்னு சின்ன வயசு ஞாபக மெல்லாம் வருது. இந்த வியாதிக்கு பேர் 'சிசு காம்ப்ளெக்ஸ் சில்ட்ரனோம் பாலிஸ சிண்ட்ரோம்' என்று (இட்டுக்கட்டினான்!) ஒரு பெயரைக்கூறிவிட்டு, அதை கர்மசிரத்தையாக ஒரு அட்டவணை கார்டில் எழுதி கிச்சா அமர்ந்திருந்த வீல்சேரில் சொருகினாள்.

எப்படியாவது பட்டத்தைப் பெற்றுவிட வேண்டும் என்று பொறுத்துக் கொண்டிருந்த கிச்சாவுக்கு பிளட் பிரஷர் பார்த்தாள் அந்தப் பெண் டாக்டர்.

எச்சுமிப் பாட்டி போட்ட சத்துணவால் சாதாரணமாகவே ரத்த ஓட்டம் ஜாஸ்தியாகக் கொண்ட கிச்சாவுக்கு, அன்று பட்டத்தை துரத்திய ஓட்டத்தால் பிரஷர் அதிகமாகி 'சளுக்புளுக்' என்று வெளியில் இருப்பவர்களுக்கு சத்தம் கேட்கும் அளவுக்கு பம்புசெட் வாய்க்கால் வேகத்தில் ரத்தம் ஓட, பிளட் பிரஷர் செக் செய்த அந்த டாக்டரிணி 'கிச்சாவின் நியூரோ ப்ராப்ளத்துக்கு அடிப்படைக் காரணம் ஹை பி.பி.' என்று அந்த அட்டவணையில் எழுதினாள். பிறகு, லிம்ப்டில் கிச்சாவை வீல் சேரோடு தள்ளிவிட்டு, அவன் தலையை அன்புடன் கோதிக் கலைத்து 'டோண்ட் ஒர்ரி. சரியா போயிடும். அஞ்சே நாள்ல டிஸ்சார்ஜ் பண்ணிடுவோம்...' என்று கிச்சாவைப் பேச விடாமல் கூறிவிட்டு, வார்டுபாயிடம் கண்ணடித்து 'மெண்ட்டல் கேஸ். முன்ன பின்ன இருக்கும். பாத்து அழைச்சுண்டு போ. ரூம் நம்பர் ஸெவன் நாட் டூல அட்மிட் பண்ணிடு!' என்று ரகசியமாக, கிச்சா காதுபடக் கூறினாள். பார்ப்பதற்கு, ஜாடையில் இந்தி வில்லன் அம்ரீஷ் புரியின் கூடப் பிறந்த தமையன் ஆகிருதியில் இருந்த அந்த வார்டு பாயை விரோதித்துக் கொள்ள விரும்பாத கிச்சா, ரூம் நம்பர் ஸெவன் நாட் டூவுக்குள் வீல்சேரின் வலது (சக்கர!) காலை எடுத்து வைத்து நுழைந்தான்.

அந்த டபுள் பெட்ரூமில் கடந்த பத்து நாள்களாகத் தனக்கு வந்த வியாதிகளின் பெயர்களைத் தெரிந்து கொள்ளும் நப்பாசையில் குடித்தனம் செய்து கொண்டிருக்கும் வாதிராஜராவ், கிச்சாவைப் பார்த்ததும் தனக்கு கம்பெனி கிடைத்த சந்தோஷத்தில் 'வாய்யா ஜேம்ஸ் டீ...' என்று அவனைச் செல்லமாக வரவேற்றார்.

டிரிப் குழாய், ஆக்ஸிஜன் ட்யூப், ஆர்டிஃபிஷியல் ரெஸ்பிரேட்டர், இ.ஸி.ஜி. மானிட்டர் என்று பல கனெக்ஷன்கள் புடைசூழ சர்வாலங்கார பூஷணாக(!) படுத்திருந்த வாதிராஜராவ், கான்ஸ்டிபேஷனில் ஆரம்பித்து கபாலத்து ட்யூமர் வரை தனக்குள்ள சர்வரோகங்களையும் என்னமோ தனது சொத்து விவரம் கூறுவது போல கிச்சாவிடம் பெருமையாகக் கூறினார். தன் தலைமாட்டில் இருந்த அட்டவணையை எடுத்துக் காட்டி, அதில் பெரிய டாக்டர் 'வாதிராஜராவ்' என்ற தன் பெயரை 'வியாதிராஜராவ்' என்று செல்லமாக மாற்றியிருப்பதைக் காட்டி சிறிது நேரம் சிரித்தார். கூடவே திடீரென்று சாந்தமாகி தனக்கு வரும் தாற்காலிக கோமாவுக்குள் நுழைந்தார். துவாரபாலகன் போல ரூம் வாசலில் நின்ற அந்த வில்லன் வார்டுபாய்க்குப் பயந்து தனது கட்டிலில் ஏறிப் படுத்த கிச்சா, படுப்பவர்கள் வசதிக்காக எந்த வகையிலும் மடங்கக்கூடிய, பாட்டரியால் இயங்கும் அந்த கட்டிலின் மெயின் சுவிட்சை தெரியாத்தனமாக அமுக்கிவிட, எலி பிடிக்கும் வேகத்தில் மூடிக் கொள்ளும் பொறிபோல கட்டில் சரிபாதியாக மடிந்து மூடிக்கொள்ள, மூக்கு முழங்காலைத் தொடும் நிலையில் கிச்சா சுருண்டு சிக்கிக் கொண்டான்.

இந்தச் சத்தத்தால் கோமாவிலிருந்து திடுக்கென்று கண்விழித்த வாதிராஜராவ், அகலவாட்டில் போடப்பட்ட கிச்சாவின் கட்டில் உயரவாட்டில் மடிந்து பீரோ போல நின்று கொண்டிருப்பதைப் பார்த்து, சிறிது நேரம் தன்னுடைய

சீரியஸான அந்த வியாதியிலும் சிரமப்பட்டு யோசித்து, நிலைமையை உணர்ந்து 'டேஞ்சர்' பெல்லை அடிக்க, ஒரு டாக்டர் பட்டாளமே அறைக்குள் நுழைந்தது. வந்த டாக்டர்கள் கிடுகிடுவென்று ஊசி போடுவது, மாத்திரை திணிப்பது, ஆக்ஸிஜன் லெவலை அதிகரிப்பது என்று டேஞ்சர் பெல் அடித்த வாதிராஜராவுக்கு விதவிதமாக வைத்தியம் பார்த்து அவரை பழையபடி கோமாவில் ஆழ்த்தினார்கள்.

'பேஷண்டுக்கு இடைஞ்சலா எதுக்கு ரூம்ல கட்டிலை மடிச்சுப் போட்டு வெச்சிருக்கீங்க?' என்று பெரிய டாக்டர் காச்மூச்சென்று கத்த, கிச்சா மாட்டிக் கொண்ட கட்டிலைத் தூக்கிக் கொண்டு போக வந்த சின்ன டாக்டர்கள், வெளியே துருத்திக் கொண்டு 'ஹெல்ப்... ஹெல்ப்...' பாணியில் ஆடிக் கொண்டிருந்த கிச்சாவின் வலது கையைப் பார்த்துவிட்டு, 'இங்கிருந்து போன வாரம் டிஸ்சார்ஜ் ஆகிப்போன வக்கீல் வரதராஜன் தனது வலது கையை மறந்து விட்டுவிட்டு போய் விட்டாரோ' என்ற ரீதியில் கிசுகிசுவென்று பேசிக் கொள்ள, பொறுமையிழந்த பெரிய டாக்டர், அங்கே மாட்டப்பட்டிருந்த 'சைலென்ஸ் ப்ளீஸ்' போர்டு அதிர்ந்து கீழே விழும் அளவுக்கு கர்ஜிக்க, அந்த அதிர்ச்சியில் சின்ன டாக்டர்கள் தாங்கள் தூக்கிய கட்டிலைக் கீழே போட, விழுந்த வேகத்தில் கட்டில் பழையபடி விரிய, தூண் பிளந்து வந்த நரசிம்மாவதாரம் போல கட்டில் விரிந்து கிச்சா வெளியே வந்து குப்பையாக விழுந்தான்.

சுருண்டு கிடந்த கிச்சாவை, 'இது என்ன பார்சல்?' என்று ஆவேசத்தோடு பற்களைக் கடித்தபடி நெருங்கினார் பெரிய டாக்டர். அப்போது 'சார், இவர் என்னோட பேஷண்ட்' என்று கூறிக் கொண்டு அம்சமாக நுழைந்த லேடி டாக்டரின் சொரூபத்தில் மயங்கி உடனே சாந்தமானார்.

இந்த இடைவேளையில் முழித்துக் கொண்ட கிச்சா, 'எச்சுமிப்பாட்டி... காத்தாடி டீல்...' என்ற தன் பழைய புலம்பலை ஆரம்பிக்க, 'என்ன வியாதி?' என்று சீரியஸான பார்வையோடு பெரிய டாக்டர் கேட்க, 'சிசு காம்ப்ளெக்ஸ் சில்ட்ரனோம்பாலிஸ் சிண்ட்ரோம்' என்று அவள் கொஞ்சலாகச் சொல்ல, 'நீ சொன்னா கரெக்டாதானிருக்கும்' என்று பதிலுக்கு வழிந்த பெரிய டாக்டர் இந்தச் சந்தர்ப்பத்தை சாக்காக வைத்து, 'சமத்து நீ...' என்று சொல்லிவிட்டு புஷ்டியான அந்த டாக்டரின் கன்னத்தைக் கிள்ளி நிமிண்டிவிட்டு 'நான் வரட்டுமா?' எனக் கூறி பிரியாவிடை பெற்றார்.

அதன்பிறகு, புது ராகம் கண்டுபிடித்த வித்வான் போல, நான்கு நாள்கள், தான் கண்டுபிடித்த புது வியாதியின் ஓனராகிய கிச்சாவைப் பேசக்கூட விடாமல், அந்த லேடி ராட்சசி ப்ளட் டெஸ்ட் என்று அரை மணிக்கு ஒரு தபா அட்டை போல ரத்தத்தை உறிஞ்சி கிச்சாவை 'அனிமிக் பேஷண்ட்' ஆக்கினாள். 'லம்பார்-பஞ்சர்' எடுக்கப் போவதாகச் சொன்னது கிச்சா காதில் 'பிளம்பர் பஞ்சர்' என்று விழ, குழாய் ரிப்பேர்காரன் தனக்கு சைக்கிள் பஞ்சர் போடுவது போல டாக்டர் கொடுத்த 'காம்போஸ்' கனவில் கண்டு வெலவெலத்தான். ட்ரிப் குத்துகிறேன் பேர்வழி என்று ஒரு சோடா பாட்டில் நோஞ்சான் வந்து,

கையால் தடவித் தடவி ஊசியால் குத்திக் கிளறி நரம்பைத் தேடியதில், கிச்சாவின் முழங்கைகள் தண்ணீர் விட்டால் ஒழுகும் அளவுக்கு சல்லடையாக மாறின. கிச்சாவின் வயிற்றை சோதனை செய்வதற்காக, 'பேரியம் மீல்ஸ்' டெஸ்ட் எடுக்கப் போவதாகச் சொன்னபோது, 'பேரியம் மீல்ஸ் இல்லாட்டிக் கூட பரவால்லே... அட்லீஸ்ட் லிமிடெட் மீல்ஸாவது போடுங்க தாயே!' என்று பிச்சை என்று கேட்கும் அளவுக்கு வெறும் மருந்து மாத்திரை மட்டுமே கொடுத்து கிச்சாவைக் கொலைப் பட்டினி போட்டாள் அந்த லேடி டாக்டர்.

இதற்கிடையே, அழித்தால் பத்து டாக்டர், அஞ்சு நர்ஸ் பண்ணக்கூடிய அளவுக்குப் பிரமாண்டமாக இருந்த ஒரு டயடீஷியன் வந்து எச்சுமிப் பாட்டியின் வத்தக்குழம்பு, சுட்ட அப்பளத்துக்காக ஏங்கிக் கிடக்கும் கிச்சாவின் கொலஸ்ட்ரால், ஷுகர் போன்றவற்றை சோதித்துவிட்டு, ஸ்டாம்ப் சைஸில் நாலு ரொட்டி, நாய் பிஸ்கெட் நாலு, வெந்நீர் ஒரு டம்ளர் என்று கிச்சாவின் நித்ய போஜனத்தை நிர்ணயித்தாள். பார்த்தசாரதி பெருமாள் உற்சவரை, மாடவீதிகளில் ஊர்வலம் தூக்கிப் போவதுபோல, ஆ, ஊ என்றால் கிச்சாவை ஸ்ட்ரெச்சரில் கிடத்தி ஆஸ்பத்திரியின் ஒரு பரிசோதனை இடம் விடாமல் அழைத்துச் சென்று, அந்த லேடி டாக்டர் அவனது அனாடமியை அக்குவேறு ஆணிவேறாக அலசினாள்.

எல்லா சோதனைகளிலும் கிச்சா நார்மலாக இருப்பது கண்ட அந்த லேடி டாக்டர் ஒரு கட்டத்தில் மிகவும் குழம்பிப் போய், கிச்சாவின் உறவுக் காரர்களிடம் விசாரிப்பதே உத்தமம் என்ற முடிவுக்கு வந்தாள். கிச்சாவை அட்மிட் செய்தவர்களைப் பற்றி ரிசப்ஷனில் விசாரித்தாள். 'அதுமாதிரி ஒரு ஆள் அட்மிட் ஆனதாக எண்ட்ரியே இல்லை' என்று அவர்கள் கைவிரிக்க, அதிர்ந்து போனாள். இதுபற்றி அவள் பெரிய டாக்டரிடம் கூற, 'கொள்ளவும் முடியாமல், உரியவர்களிடம் தள்ளவும் முடியாமல்' தங்கிவிட்ட கிச்சாவை என்ன செய்வது என்பது பற்றி அவர் தலைமையில் அத்தனை டாக்டர்களும் அர்ஜெண்டாக 'மெடிக்கல் கான்ஃபரன்ஸ்' போட்டு விவாதிக்கும் அளவுக்கு கிச்சா விவகாரம் சூடு பிடித்தது.

இது போதாதென்று, கிச்சா தலைமாட்டிலும், வாதிராஜராவ் தலை மாட்டிலும் வைக்கப்பட்டிருந்த அட்டவணைகள் ஒரு சிப்பந்தியின் சொதப் பலால் மாறிவிட, வாதிராஜராவின் வைத்தியர் அவரை, 'ஓகே... நார்மல்' என்று பிரகடனப்படுத்தி டிஸ்சார்ஜ் செய்துவிட்டார். காக்கை உட்காரப் பனம்பழம் விழுந்த கதையாக கிச்சா வந்த வேளையால், நிஜமாகவே தானே நம்ப முடியாத அளவுக்கு நார்மல் ஆன வாதிராஜராவ், கிச்சாவுக்கு டாட்டா சொல்லிவிட்டு டிஸ்சார்ஜ் ஆகி வெளியே வந்தார்.

அப்போது, நான்கு நாள்களாக கிச்சாவைக் காணாத கவலையில் ஊரெல்லாம் தேடிய எச்சுமிப் பாட்டி, பெரிய தெரு பாலுவோடு சேர்ந்து கிச்சாவின் காத்தாடி டீல் ஆன இடத்துக்குப் போய் ஏதாவது க்ளூ கிடைக்கிறதா என்று பார்க்க, அங்கு கிச்சாவின் மாஞ்சா நூல் கண்டைப் பார்த்தாள். கிச்சாவின்

கிழிசல் பாண்ட் பாக்கெட்டிலிருந்து விழுந்த அந்த நூல்கண்டிலிருந்து பிரிந்து போகும் நூலை ஃபாலோ செய்தபடி வந்தாள். கிச்சா இருக்கும் 'யமஹா' ஆஸ்பிட்டலை அடைந்து மேலே தொடர முடியாமல் முழித்த போது, பழைய திருவல்லிக்கேணிவாசியான வாதிராஜராவைச் சந்தித்தாள்.

பாட்டி கூறிய சாமுத்திரிகா லட்சணங்கள், தான் பார்த்த பக்கத்து படுக்கை ஆசாமியோடு பொருந்துவதைப் புரிந்துகொண்ட வாதிராஜராவ், பாட்டியை ரூம் நம்பர் ஸெவன் நாட் டூவுக்கு அழைத்துப் போனார். அங்கே தூக்க மாத்திரையால் துவண்டு கிடக்கும் கிச்சாவை எழுப்பி தோளில் தாங்கியபடி நடத்தி அழைத்துக் கொண்டு வீதிக்கு வந்தார்.

அந்தச் சாயங்கால வேளையில் திடீரென்று காற்று வீச, அது நாள் வரையில் ஆஸ்பிட்டல் மொட்டைமாடியில் மாட்டிக் கொண்டிருந்த கிச்சாவின் காத்தாடி அந்தக் காற்றில் டிஸ்சார்ஜ் ஆகி பறந்து கீழே இருக்கும் கிச்சாவின் முன்பு விழ, அப்போது பார்த்து எச்சுமிப்பாட்டி, 'எதுக்குடா ஆஸ்பத்திரிக்கு வந்தே…?' என்று கரெக்டாக கேட்க, கிச்சா, 'இதுக்குத்தான்' என்று சொல்லி காத்தாடியை எடுத்துக் கொண்டு திருவல்லிக்கேணி நோக்கி ஓட, எச்சுமிப் பாட்டியும் வாதிராஜராவும் ஒருவரையொருவர் பார்த்துக் கொண்டு புரியாமல் முழித்தார்கள்.

'யமஹா' ஆஸ்பத்திரியின் உள்ளே கான்ஃபரன்ஸ் முடிந்து 'கிச்சாவை போலீஸிடம் ஒப்படைத்துவிடுவது' என்ற முடிவோடு பெரிய டாக்டர் புடைசூழ ரூம் நம்பர் ஸெவன் நாட் டூவுக்கு வந்த டாக்டர்கள் கட்டிலில் கிச்சா இல்லாதது கண்டு அதிர்ச்சியடைய, அவர்கள் அதிர்ச்சிக்கு 'பேக்ரவுண்ட் மியூஸிக்' கொடுப்பது போல, கிச்சா இருந்த கட்டில் தானாக ஆபரேட் ஆகி தடாலென்ற சத்தத்துடன் மூடிக் கொண்டது!

•••

பைலட் கிச்சா!

சதாசர்வ காலமும் சர்சர்ரென்று விமானங்கள் வந்து போய்க் கொண்டிருக்கும் படு பிஸியான சர்வதேச ஏர்போர்ட்டுக்குச் சமமாக, கிச்சா வீட்டு பாத்ரூமில் நிமிஷத்துக்கு நாலு என்ற விகிதத்தில் 'லேண்டிங்', 'டேக் ஆஃப்' செய் வதற்காகக் கரப்பான் பூச்சிகள் தாழ்வாகப் பறந்து கொண்டிருக்கும்! இதனால் பயந்து போய்க் குளிப்பதற்குக்கூட போலீஸ் பந்தோபஸ்தை நாடும் அளவுக்கு 'தொடை, முட்டி, கணுக்கால், பாத நடுங்கி'யான கிச்சா, போன மாதம் ஹைதராபாத்துக்கு ஒரு பிளேனை ஓட்டிக் கொண்டு போனதாக என்னிடம் மார்தட்டிக் கொண்டான்.

ஹைதராபாத் பாட்டி என்று கிச்சா செல்லமாக அழைக்கும் எச்சுமிப் பாட்டியின் ஒரே தங்கையின் இரண்டாவது பெண்ணின் மூன்றாவது பேத்தியின் நாலாவது பிரசவத்துக்கு உடனடியாக வருமாறு எச்சுமிப் பாட்டிக்கு டெலிகிராமில் அழைப்பும், கூடவே மணியார்டரில் பிளேன் டிக்கெட் வாங்குவதற்கான பணமும் சென்ற மாதம் வந்ததாம்.

பிளேன் டிக்கெட் வாங்கும் இடம் எது என்பது தெரியாமல் மவுண்ட் ரோடு பூராவும் சுற்றித் திரிந்த கிச்சா ஒரு ட்ராவல் ஏஜென்ஸி அலுவலகத்தில் நிழலுக்காக ஒதுங்கினான். அங்கு மாட்டப்பட்ட ஏரோபிளேன் படங்களைப் பார்த்து 'பிளேன் படக்கடை' என்று முதலில் நினைத்து, பிறகு எதற்கும் கேட்டுப் பார்ப்போம் என்ற ரீதியில் 'இங்கு ஹைதராபாத்துக்கு பிளேன் டிக்கெட் கிடைக்குமா?' என்று கேட்க, 'இங்குதான் கிடைக்கும்' என்று அவர்கள் ஆதரவாகக் கூறி இரண்டு டிக்கெட்டுகளைக் கொடுத்தார்கள்.

'ஆகாய விமானத்தில் போகும்போது அடிவயிற்றைப் புரட்டிக் கொண்டு வாந்தியும் தலைசுற்றலும் வரும்' என்று கேள்விப்பட்ட கிச்சா அந்த விபரீதத்துக்குத் தன்னைப் பழக்கிக் கொள்ள, புறப்படும் நாள் வரை தன் வீட்டுக் கூடத்து ஊஞ்சலில் அமர்ந்து, வாசல் வராண்டாவைத் தாண்டி தெருவில் எட்டிப் பார்த்துவிட்டுத் திரும்ப கூடத்துக்குச் செல்லும் அளவுக்குப் புயல்வேகத்தில் ஆடி, தனக்கு ப்ராக்டீஸ் கொடுத்துக் கொண்டான். பேரனின் இந்தப் பிரத்தியேகமான விமான வாந்தியைத் தடுக்க

முன்னெச்சரிக்கையாக எச்சுமிப் பாட்டி நான்கு கூஜாக்கள் நிரம்ப இஞ்சி, எலுமிச்சை ஜூஸ் எடுத்துக் கொண்டாள். இது போதாதென்று, ஒரு மணி நேரத்தில் ஹைதராபாத் வந்துவிடும் என்பதை அறியாத பேதை எச்சுமிப் பாட்டி, பிளேனில் கண்டதைச் சாப்பிட்டு வயிற்றைக் கெடுத்துக் கொள்ளாமல் இருக்க முறுக்கு, சீடை, நெய் சொட்ட அதிரசம், நேந்திரங்காய் சிப்ஸ், எல்.ஐ.ஸி. அளவு காரியரில் சாப்பாடு என்று கிளம்பும் வரையில் ஏகமாக லக்கேஜைக் கூட்டிக்கொண்டே போனாள்.

விடியற்காலை பிளேனைப் பிடிப்பதற்கு வசதியாக பாட்டியும் பேரனும் முதல் நாள் ராத்திரியே மீனம்பாக்கம் சென்று ஏர்போர்ட் லவுஞ்சில் ஸ்டவ், பாத்திரம், பண்டங்கள் புடைசூழத் தனிக்குடித்தனம் செய்ய ஆரம்பித்து விட்டார்கள்!

மறுநாள் காலை லவுஞ்சுக்குள் நுழைந்த பயணிகள் கிச்சாவும் பாட்டியும் சாப்பிட்டு விட்டு இறைத்த மந்தார இலைகளையும், எங்கு போனாலும் விடாமல் துரத்தும் மாகாளிக் கிழக்கு, மாவடு வாசனையையும் கண்டு ஒரு வேளை மறந்துபோய் ஏர்போர்ட்டுக்குப் பதிலாக சென்ட்ரல் ஸ்டேஷனுக்கு வந்துவிட்டோமா என்று விசாரிக்கும் அளவுக்குக் குழம்பினார்கள்!

போர்டிங் பாஸ் வாங்கிக் கொள்வதற்காக க்யூவில் நின்றபோது சிறிதும் கூச்சமில்லாமல் கிச்சா எம்பி எம்பி, 'எனக்கும் பாட்டிக்கும் ஜன்னல் ஓரமா சீட்டு போட்டுடுங்க' என்று கத்தி ரசாபாசமாக நடந்துகொண்டு க்யூவில் நின்ற மற்றவர்களை நெளிய வைத்தான்.

ஹைதராபாத் பேத்தியின் மசக்கைக்காகப் பாட்டி செய்து கொண்டு வந்த ஐவரிசிக் கூழை பிளேன் படிக்கட்டில் ஏறும்போது கிச்சா கைதவறி டப்பாவோடு கொட்டி, சாதாரண படிக்கட்டை வழுக்கும் கன்வேயர் படிக்கட்டாக மாற்றினான். நுழையும்போது நமஸ்கரித்து வரவேற்கும் ஏர்ஹோஸ்டஸை சகபயணி என்று நினைத்த எச்சுமிப் பாட்டி, 'மொதல்ல நீ போய் உக்காருடி. உனக்கு இடம் கிடைக்காம போயிடப் போறது...' என்று கூறிவிட்டு, 'கிச்சா, இவளை நம்ம சீமாச்சுக்குப் பாத்தா என்ன? என்ன கோத்திரம்டி நீ' என்று கேட்டு அவளைக் குழப்பினாள்.

எல்லோரையும் ஸீட்டிலுள்ள பாதுகாப்பு பெல்ட்டைப் போட்டுக் கொள்ளு மாறு அறிவிப்பு வந்ததும், அதை அரைகுறையாகப் புரிந்து கொண்ட கிச்சா எழுந்து ஓடிப்போய் அந்த ஏர்ஹோஸ்டஸைத் தனியாக அழைத்து, 'மேடம்... வீட்டிலேர்ந்து நான் கிளம்பறச்சேயே பெல்ட் பிஞ்சிடுச்சு... ஆபத்துக்குப் பாதகமில்லேன்னு பாண்டைச் சுத்தி இறுக்கமா சணல் கயிறால கட்டிண்டிருக்கேன். நாலு பேர் முன்னாடி 'பெல்ட் போட்டுக்கோ'னு பிடிவாதம் பண்ணிப் பிராணனை வாங்காதீங்கோ' என்று எச்சரிக்கை விடுத்தான்.

கேனத்தனமாக நடந்துகொள்ளும் கிச்சாவிடம் பயந்தபடி சாக்லேட் மிட்டாய் நிரம்பிய தட்டை நீட்டிய பணிப்பெண், 'நோ தாங்க்ஸ்' என்ற அவனது திடீர்

நாசூக்கில் நெகிழ்ந்து போன சமயம், கிச்சா சார்பாகத் தட்டிலுள்ள அத்தனை இனிப்புகளையும் எச்சுமிப் பாட்டி புடைவைத் தலைப்பில் கொட்டி முடிந்து கொண்டுவிட்டாள்.

வந்த பயணிகளை பைலட் சார்பாக ஒரு பணிப்பெண் வரவேற்க, அப்போது திடீரென்று நினைவுக்கு வந்தவள் போல எச்சுமிப்பாட்டி எழுந்து நின்று 'தோ பாரு, அவசரம் ஒண்ணுமில்லை, டிரைவர்கிட்டே சொல்லி பிளேனை மெல்ல ஓட்டச் சொல்லுடியம்மா. ஹைதராபாத் போய்க் கிழிக்கிற அளவுக்குப் பெரிசா ஒண்ணும் யாருக்கும் வேலையில்லை' என்று கூவினாள்.

விமானம் ஆபத்துக்குள்ளாகும் நேரத்தில் தப்பிக்கும் எமர்ஜென்ஸி வாசல்களைத் திறக்கும் விதத்தையும், அழுத்தம் வேறுபடும் நேரங்களில் தலைக்குமேல் பிளாஸ்டிக் பையில் இருக்கும் ஆக்ஸிஜனை உபயோகிக்கும் வழிமுறைகளையும் ஒருத்தி அபிநயத்தோடு செய்துகாட்ட புல்லரித்துப் போன கிச்சா படபடவென்று கைதட்டிவிட்டு 'ஒன்ஸ்மோர்' என்று கூவி விசிலடித்தான்.

சக பயணிகளைச் சிநேகம் பண்ணிக்கொள்ள விரும்பிய எச்சுமிப்பாட்டி, தான் கொண்டுவந்த முறுக்கு, சீடை இத்யாதிகளை ஏர்ஹோஸ்டஸின் நளினத்தோடு நடந்து போய் அனைவருக்கும் விநியோகித்தாள். இதற்குள் கைமுறுக்கு விநியோக விஷயம் காக்-பிட்டுக்குப் பரவ, ஒலிபெருக்கியில் முறுக்கு கேட்டு அறிவிப்பு செய்தார் காப்டன். முறுக்கு, சீடை டப்பாவோடு காக்-பிட்டுக்குள் நுழைந்த கிச்சா அங்கு விமானத்தை ஓட்டிக் கொண்டு பிஸியாக இருந்த கோ-பைலட்டின் திறந்த வாய்க்குள் நான்கைந்து சீடைகளை ஊட்டிவிட்டு, டப்பியோடு மீதியைப் பக்கத்தில் இருந்த பைலட்டிடம் தந்துவிட்டு வந்தான்.

திடீரென்று அபாய அறிவிப்பு மணி சத்தம் கேட்டு காக்-பிட்டுக்குள் ஓடிய பணிப்பெண் அங்கு ஏற்கெனவே கேஸ்ட்ரிக் ப்ராப்ளத்தால் கஷ்டப்படும் காப்டன், எச்சுமிப் பாட்டியின் உளுந்து பதார்த்தங்களை ஓவராகச் சாப் பிட்டதால் உப்புசமாகி வாயு தூத்தாக கை-கால் மடங்கிக் கீழே கிடப்பதைப் பார்த்தாள். இதைக் கண்டும் காணாதது போல இருக்கும் கோ-பைலட்டை உலுக்கியவள் அவர் தலை சாய்வது கண்டு திகைத்தாள். வாய்கொள்ளாமல் கிச்சா ஊட்டிய சீடை தொண்டையில் அடைத்துக் கொண்டதால், கோ-பைலட் மூச்சுவிட முடியாத அளவுக்குப் பேய் முழி முழித்துக் கொண் டிருந்தார். பைலட் இல்லாமல் அநாதையாக விமானம் பறப்பதைப் பார்த்த அந்தப் பணிப்பெண் இந்த ஆபத்தைத் தடுக்க எண்ணி தனது சக சிப்பந் திகளைக் கூப்பிட்டு மறைவான இடத்தில் அவசர மாநாடு நடத்தினாள்.

இதற்குள் எச்சுமிப் பாட்டியின் அன்னதானத்தில் மூழ்கிய பயணிகள் அவள் நறுக்கித் தந்த மாம்பழத் துண்டங்களை முழுங்குவது, ஆளுக்கொரு உருண்டையாக அவள் தந்த தயிர்சாதத்தைக் கொட்டிக் கொள்வது, பலாச்சுளைகளைத் தேனில் தோய்த்துக் கொட்டிக் கொள்வது என்று விமானத்தை 'பறக்கும் ஓட்ட'லாக மாற்றிக் கொண்டிருந்தார்கள். அவர்கள்

சந்தோஷத்தை அதிகரிக்க அந்தச் சிறிய இடத்தில் ஏரோப்ளேன் பாண்டி ஆடிக் காட்டினான் கிச்சா. இதனால் கூச்சலும் குழப்பமுமாக இருந்த அவர்கள், விமானப் பணிப்பெண் வந்து, நேர்ந்திருக்கும் ஆபத்தைத் தனது நெளிவுசுளிவான ஆங்கிலத்தில் கூறியபோது, வழக்கம் போல பெல்ட் போட்டுக்கச் சொல்கிறாள் என்று நினைத்துக் காதில் வாங்கிக் கொள்ளாமல் இருந்து விட்டார்கள். அலுத்துப்போன அவள் உரத்த குரலில் காப்டனும், கோ-பைலட்டும் சீடை, முறுக்கால் சுவாதீனமிழந்து கிடப்பதைக் கூறிவிட்டு, 'ஆபத்து சமயத்தில் என்ன புடலங்காய் ஆங்கிலம் வேண்டிக் கிடக்கு' என்று, 'தைரியமா பிளேன் ஓட்டத் தெரிஞ்சவங்க யாராவது இருக்காங்களா?' என்று தமிழிலேயே கேட்டாள்!

கார் ஓட்டுவதில் ஆரம்பித்து பிஸினஸில் ஈ ஓட்டுவது வரை அறிந்த பயணிகளில் பிளேன் ஓட்டத் தெரிந்தவர் ஒருத்தர்கூட இல்லை என்பதை விசாரித்துத் தெரிந்து கொண்ட பணிப்பெண் எல்லோரையும் பைலட், கோ-பைலட் சீக்கிரமாகவே குணமாக சர்வமத பிரார்த்தனை செய்யுமாறு வேண்டிக் கொண்டாள்.

இதற்குள் ஒரு முடிவுக்கு வந்த கிச்சா தன்னுடையது என்று நினைத்து, பக்கத்தில் பயத்தால் பேந்தப் பேந்த முழித்துக் கொண்டிருந்தவரின் பெல்ட்டை அவிழ்த்துவிட்டு எழுந்து பணிப் பெண்ணிடம் சென்று, 'விமானத்தை நான் ஓட்டுகிறேன்' என்று வீரமாகக் கூறிவிட்டு ரகசியமாக, 'இது என்ன டைப் பிளேன்... வெஸ்பாவா? லாம்ப்ரட்டாவா?' என்று கேட்டு அவளை மயக்கம் போட வைத்தான்.

காக்-பிட்டுக்குள் நுழைந்த கிச்சா சீட்டிலிருந்த கோ-பைலட்டை விடுவித்து வெளியே போட்டுவிட்டு அமர்ந்து, அரைமயக்கத்தில் இருக்கும் பைலட் சொல்லச் சொல்ல அதன்படி பிளேனை ஓட்ட ஆரம்பித்தான். முதலில் தனக்கு ராசியான பச்சை கலர் பட்டனை அழுக்க, ஓட்டுநர் இல்லாமல் இதுவரையில் ஓரளவு சீராகப் போய்க் கொண்டிருந்த அந்த விமானம் செங்குத்தாக நிமிர்ந்து ராக்கெட்டாகி அதே நிலையில் நூறு அடிகள் மேலே பாய்ந்தது. வெலவெலத்த கிச்சா வேறு ஏதோ பட்டனை அழுக்க, விமானம் பழையபடி சாதுவாகி பத்து மைல் வேகத்தில் தவழ ஆரம்பித்தது. எச்சுமிப் பாட்டியின் உபசரிப்பால் ஏகமாகத் தின்றுவிட்ட பயணிகள் கிச்சாவின் இந்தத் திடீர் ஹரியானா குலுக்கலால் குடை சாய்ந்து உருள, சிலர் வசதியாக இனி நடப்பது தெரியாத அளவுக்கு ஆழ்ந்த மயக்கத்தில் மூழ்கினார்கள். மீதியிருந்தவர்கள் அந்தக் குலுக்கலால் குப்பையாக விமானத்தின் ஈசான்ய மூலையில் குவிந்து கிடந்தார்கள்.

'அப்புறம் அடுத்தது என்ன?' என்று பார்த்த கிச்சாவிடம் வாயு உபத்திர வத்தால் வாய் குழறிப் போன பைலட், வெறியோடு, 'ஆல்டிடியூட்டைக் குறைச்சுத் தொலைடா அராத்து' என்று கிச்சாவுக்குப் புரியாமல் உளற, கிச்சா அங்கிருந்த ஒரு லீவரைப் பற்றியிழுக்க பயங்கரமான சத்தத்தைத் தொடர்ந்து விமானத்தின் சக்கரங்கள் வெளியேறி கழண்டு கீழே விழுவதைத் தன்

கண்களாலேயே பார்த்தான். விஷயத்தை பைலட்டிடம் கூறி, 'ஸ்டெப்னி இருக்கா, மாட்டிடுவோம்' என்று கிச்சா கேட்டபோது பைலட் தனது முழு சுவாதீனத்தையும் இழந்து மோனத்துயிலில் மூழ்கினார்.

காக்-பிட் அதன் பிறகு கிச்சா ராஜ்யமானது. 'என்ன கண்றாவிடா பண்ணிண்டுருக்கே?' என்று கேட்டு வந்த எச்சுமிப் பாட்டியை பைலட் ஸீட்டில் அமர்த்திய கிச்சா அங்கிருந்த பட்டன்களை புல்புல்தாரா வாசிப்பது போல அமுக்கித் தன்னால் இயன்ற முயற்சிகளைச் செய்து பார்த்தான்.

மீனம்பாக்கம் கண்ட்ரோல் டவரிலிருந்து நிலைமை உணர்ந்து அதிகாரிகள் ஆங்கிலத்தில் கிச்சாவுக்கு ஆர்டர்கள் கொடுக்க, 'மொதல்ல தமிழ்ல பேசித் தொலையுங்கப்பா' என்று கிச்சா பதில் ஆர்டர் அளித்துவிட்டு ஒரு பட்டனை அமுத்த, கண்ட்ரோல் டவர் தொடர்பும் துண்டிக்கப்பட்டது.

கத்துக்குட்டி கிச்சா, அடுத்து ஏதோ ஒரு டயலைத் திருப்ப அதுவரை வானத்தில் தட்டாமாலை சுற்றிக் கொண்டிருந்த விமானம் திடீரென்று உணர்ச்சிவசப்பட்டுத் தனக்குக் கீழே தட்டாமாலையாகச் சுற்றிக் கொண்டிருந்த பருந்தைத் துரத்தித் துரத்தி அடித்து முடிவில் பருந்து மீது மோதி காக்-பிட் கண்ணாடி சுவர் உடைந்தது. இதுதான் சாக்கென்று எச்சுமிப் பாட்டி தன்னிடமிருந்த ஈர டவலை அந்தக் கண்ணாடி ஓட்டையில் தொங்க விட்டுக் காயப் போட்டாள்.

'ஏன் இன்னும் ஹைதராபாத் வரலை?' என்று கேட்டபடி எட்டிப் பார்த்த கிச்சா உற்சாகம் கொப்பளிக்க, 'பாட்டி, பார்த்தசாரதி பெருமாள் கோயில்' என்று கத்திவிட்டு விமானத்தைச் சற்றுத் தாழ்வாக இறக்க, எச்சுமிப் பாட்டி ஓட்டை வழியாகக் கைவிட்டு பெருமாள் கோயில் கோபுரத்தைத் தொட்டுக் கண்களில் ஒற்றிக் கொண்டாள். 'கிச்சா அப்படியே டி.பி. கோயில் தெருவழியாக நம்மாத்துக்குப் போ...' என்று எச்சுமிப் பாட்டி கேட்டுக் கொள்ள கிச்சாவின் விமானம் வீட்டு மொட்டைமாடிக்கருகில் மெதுவாகப் பறந்தது. அப்போது யாரும் இல்லாத தன் வீட்டுக்குள் நுழைய மாடிக்குக் குதித்த திருடனைப் பார்த்துக் கிச்சா 'டாய்' என்று கத்திவிட்டு, அவன் தலையில் பைலட் மீதி வைத்த சீடையால் விமானத் தாக்குதல் நடத்தி அவனை விரட்டியடித்தான். அப்போது அங்கு பறந்து கொண்டிருந்த 'பாணா' ரங்குடுவின் காத்தாடியைத் தனது ஏரோபிளேனால் டீல் போட்டுக் கீழே வீழ்த்தினான்.

டயர் இல்லாமல் விமானத்தை எப்படித் தரையில் இறக்குவது என்று யோசித்தபடி பீச்சோரமாக குளுகுளுவென்று பறந்து கொண்டிருந்த கிச்சா விமானத்தை மணலில் இறக்க முடிவு செய்தான். எச்சுமிப் பாட்டி ஒலிபெருக்கி வழியாக ஓரமாக உருண்டு கிடக்கும் பயணிகளை ஸீட்டில் அமர்ந்து பெல்ட்டைக்கட்டிக் கொள்ளுமாறு ஸ்டைலாகத் தமிழில் கேட்டுக் கொண்டாள். விமானத்தை இறக்கும் லீவரை கிச்சா செடி கிள்ளுவது போல வேகமாகப் பிடித்திழுக்க, சர்வமும் அடங்கி மவுனமான அந்த விமானம்

மாடு சாணி போட்டது போல தொப்பென்று வி.ஜி.பி. கோல்டன் பீச்சுக்கு அருகில் விழுந்தது.

இப்படியாகத் தனது விமான காண்டத்தை என்னிடம் கூறி முடித்த கிச்சா, 'உனக்கு நம்பிக்கையில்லாவிட்டால், வி.ஜி.பி. கோல்டன் பீச்சுக்கு வா, போகலாம். மணல் தட்டிய விமானத்தைக் காட்டுகிறேன்...' என்று என்னிடம் கூற, நம்பிக்கையில்லாத நான் 'நாளை போகலாம், ரெடி ஆயிரு' என்றேன். மறுநாள் நான் பிரைவேட் டாக்ஸி வைத்துக் கொண்டு போன போது, கிச்சாவும் எச்சுமிப் பாட்டியும் பழையபடி டப்பாவில் முறுக்கு, சீடை, கூஜாவில் ஜூஸ் என்று ரெடியாக இருந்தார்கள்.

வி.ஜி.பி. கோல்டன் பீச் சென்றதும், கிச்சாவின் விமான சாகசம் ஒரு ஆகாசப் புளுகு என்பது புரிந்துவிட்டது.

'ஸாரிடா. கோல்டன் பீச் பாக்கணும்ம்னு எனக்கு ரொம்ப நாளா ஆசை. இப்படி ஏதாவது சொன்னாத்தான் நீ டாக்ஸி வெச்சு என்னை அழைச்சுண்டு போவேங்கறதுக்காகச் சொன்னேன்...' என்று கூறிய கிச்சா, உள்ளே நுழைய மூன்று டிக்கெட் வாங்கும்படி என்னிடம் கூறிவிட்டு, அங்கிருந்த பொம்மை ரயிலில் பாட்டியோடு தாவி ஏறி என்னைப் பார்த்து நக்கலாகச் சிரிக்க ஆரம்பித்தான்.

•••

சிங்கத்தின் குகையில் கிச்சா!

சொல்லாமல் கொள்ளாமல் சென்ற வாரம் காணாமல் போய்விட்ட கிச்சாவைப் பற்றித் தெரிந்துகொள்வதற்காக திருவல்லிக்கேணிக்குக் கிளம்பிய என்னை டெலிபோன் மணி தடுத்து நிறுத்தியது. இந்த சம்மர்வெகேஷனுக்குப் பெங்களூரில் உள்ள பானர்கெட்டா என்ற இடத்தில் சிங்கம், புலி சுவாதீனமாக உலா வரும் லயன் ஸஃபாரிக்கு தான் சென்றதைக் கிச்சா சுருக்கமாக 'ஆன்-லைன்' ஸஃபா(வ)ரியில் கூறிவிட்டு, 'மற்றவை நேரில்' என்று பேஸ்-வாய்ஸில் சஸ்பென்ஸ் வைத்து, கூடவே போனையும் வைத்தான். இந்த முறை 'சிங்கம்-புலி' என்று கரடி விடக் காத்திருக்கும் கிச்சாவைச் சந்திப்பதற்காக திருவல்லிக்கேணிக்குச் சென்ற என்னை, சிங்கராச்சாரி தெருமுனையில் நிற்க வைத்து லயன் ஸஃபாரியில் தனக்கு ஏற்பட்ட சிங்கராச்சரியமான அனுபவங்களைச் சொல்ல ஆரம்பித்தான் கிச்சா.

சென்ற வாரம், ஊர் போயிருக்கும் பெங்களூர் ஜெயநகர் அத்திம்பேரின் மனைவிக்குத் துணையாக இருக்க எச்சுமிப்பாட்டியும், கூடவே தொந்தரவாக இருக்க கிச்சாவும் பெங்களூர் போனார்கள். 'தெற்கே சூலம், வடக்கே ஈட்டி' என்றெல்லாம் நாள், கோள் பார்த்துப் பாட்டியும் பேரனும் பெங்களூர் போய்ச் சேருவதற்கும் ஊர் முடிந்து அத்திம்பேர் திரும்பி வருவதற்கும் சரியாக இருந்தது.

'இனி நீங்கள் தேவையில்லை... போகலாம்' என்று அவர்களை வெட்டி விடுவது அத்திம்பேருக்கு அநாகரிகமாகப் பட்டதால், அவர்களை இரண்டு நாள்கள் தங்கியிருந்து பெங்களூரைச் சுற்றிப் பார்க்குமாறு சொல்லிவிட்டு, கடனெழவே என்று தன் ஆபீஸ் காரை டிரைவரோடு சேர்த்து அழுதார்.

போட்ட கோட்டை சம்மரிலும் கழட்டாமல் சுற்றும் பெங்களூர் மனிதர் களைப் பார்த்து முதல் நாளே அலுத்த பாட்டியும் பேரனும், இரண்டாம் நாள் டிரைவர் சொன்னதன் பேரில் மாறுதலுக்குப் புலி, சிங்கம் என்று மிருகங்களைப் பார்க்க முடிவு செய்து பானர்கெட்டா லயன் ஸஃபாரிக்கு வந்து சேர்ந்தார்கள். உள்ளே நுழைய டிக்கெட் வாங்கப் போன கிச்சா, கௌண்டர் ஆசாமியிடம், 'ஏன் சார்... பெங்களூர்ல மனுஷங்கதான் குளி ருக்குப் பயந்துண்டு கோட்டு சூட்டுப் போடறீங்க... சிங்கம் கூடவா ஸஃபாரி

சூட் போடணும்... இதுல கோடு போட்ட 'லயன் ஸஃபாரி' சூட் வேற.. பேத்தலா இருக்கு...!' என்று கேட்டு தனது அறியாமையை வெளிப்படுத்த, அவர் 'அட அசடே...' என்ற பாவத்தில் கன்னடத்தில் பார்த்துவிட்டு அவனுக்கு அரை டிக்கெட் கொடுத்தார்.

அப்போது அங்கு வந்தவர்களை ஏற்றிச் சென்று லயன் ஸஃபாரியைச் சுற்றிக் காட்டுவதற்காக, கார்ப்பரேஷன் நாய்வண்டி கணக்கில் இருந்த ஒரு புராதனமான கம்பிவலை போட்ட மினி பஸ் வந்து பிரேக் போட்டு, சளிபிடித்த கிழட்டுச் சிங்கம் போல உறுமி விட்டு நின்றது. அந்த பஸ்ஸிலிருந்து தொப்பையும் தொந்தியுமாக இறங்கிய பெல்லியப்பா என்ற வழிகாட்டி அவசர அவசரமாக 'ஹெள்ளி ஹோகு, சிம்ஹா' என்று டிக்கெட் வாங்கியவர்களைத் துரிதப்படுத்த, கன்னடம் புரியாத கிச்சாவுக்கு பெல்லியப்பாவின் ஆவேசம் 'ஒரு வேளை சிங்கம்தான் தப்பித்துவிட்டதோ' என்ற பிரமையை உண்டாக்கியது. கன்னடத்தில் வீரமாக எதையோ கூறிவிட்டுத் தைரியமாக முதலில் ஒரு பசவன்குடி ஃபேமிலி ஏற, அவர்களைத் தொடர்ந்து தயங்கித் தயங்கி ஏறிய அந்தக் குடும்பத்தின் மூத்த மாப்பிள்ளை, கிச்சாவின் உசிரை வாங்கினார்.

'இந்த க்ஷணம் நாங்க சிங்கத்தைப் பார்த்துட்டு வரணும்ன்னு தொந்தரவு செய்தாங்க. தெரியாத்தனமா வந்து தொலைச்சு இப்ப வசமா மாட்டிண்டுட் டோம்' என்று மல்லேஸ்வரம் வந்த மயிலாப்பூர் தேசிகாச்சாரி, தன்மனைவி சார்பாகவும் சேர்த்து இம்போஸிஷன் போல கிச்சாவிடம் நூறாவது தடவையாகப் புலம்பிவிட்டு ஏற, கடைசியாகக் கழுத்தில் காமிரா மாலை யோடு கிச்சாவும் எங்கு போனாலும் அலுமினிய சம்படம் டப்பாக்களில் தான் எடுத்துச் செல்லும் தனது இஷ்டமித்ர பட்சணங்களோடு எச்சுமிப் பாட்டியும் ஏறினார்கள். ஏறுவதற்கு முன் கிச்சா, பெல்லியப்பாவிடம் 'நெஜ சிங்கமா? இல்லை, சும்மா இந்தப் பக்த பிரகலாதா டிராமால வர்ற நரசிம்மர் மாதிரி வேஷம் போட்ட சிங்கமா?' என்று பயத்தில் வாய் தழுதழுக்கக் கேட்க, கிச்சாவை 'உன்னோட கேள்வி ஸில்லியப்பா' என்பது போல பெல்லியப்பா பார்த்துவிட்டு பஸ்ஸுக்குள் நாலு கால் பாய்ச்சலில் தாவி ஏறி பஸ் கதவைச் சிங்கம் அறைவது போல அறைந்து சாத்தினான்.

'சிங்கம் மட்டுமில்லை, உள்ளே புலியும் இருக்கு...' என்று புதிதாக ஒரு பயத்தைக் கிளப்பிய பெல்லியப்பா சடாலென்று தனது சொக்காயைத் தூக்கி, இரண்டு வருடத்துக்கு முன்பு இடுப்பில் புலி கடித்த வடுவைச் சாட்சியாகக் காட்டிவிட்டு, 'ஒருவேளை சிங்கம்தான் மாறு வேஷத்தில் பெல்லியப் பாவாக வந்துள்ளதோ' என்று கிச்சா சந்தேகமாகப் பயப்படும் அளவுக்குப் பான் மசாலாவினால் தேய்ந்து போய்விட்ட தனது கோரைப் பற்களைக் காட்டியபடி பிடரி குலுங்க, தேவையில்லாமல் சிரித்தான்.

பிறகு அவர்களைப் பார்த்து 'அப்படி ஒருவேளை சிங்கத்துக்கிட்ட மாட்டிக்கிட்டீங்கன்னா வளைஞ்சு வளைஞ்சு ஓடுங்க. சிங்கத்தால உங்களைப் புடிக்க முடியாது...' என்று பெல்லியப்பா தனது சிங்க ஞானத்தை வெளிப்படுத்த, வாய்விட்டு உரக்கப் பெருமாளிடம் மாங்கல்யப் பிச்சை

கேட்டுக் கொண்டிருக்கும் மனைவியை, 'நான் முந்திண்டா நேக்கு... நீ முந்திண்டா நோக்கு' என்ற விரக்தியில் பார்த்த தேசிகாச்சாரி, சட்டென்று கிச்சாவின் கையைப் பிடித்து 'அப்படி ஒரு வேளை எங்களுக்கு ஏதாவது ஆச்சுன்னா, என்னோட மாமனாருக்கு நீதான்பா தகவல் சொல்லணும். மல்லேஸ்வரம் லயன்ஸ் கிளப் பிரசிடென்ட் அவர். மாதவன்னு பேரு' என்று கூறிவிட்டுத் தேம்பித் தேம்பி அழ ஆரம்பித்தார்.

எண்ணெய் சொட்டச் சொட்ட எச்சுமிப் பாட்டி தந்த அதிரசத்தைச் சாப்பிட்ட கிச்சா, இதுதான் சாக்கென்று தேசிகாச்சாரி முதுகை ஆதரவாக தடவுவது போல அவரது ஜிப்பாவில் தன் கை பிசுக்கைத் துடைத்துக் கொண்டு, 'மாமா, வயசுல பெரியவர் நீங்க. உங்களுக்குத் தெரிஞ்சிருக்கணுமே, குரைக்கற நாய் கடிக்காதும்பா. அது மாதிரி துரத்தற சிங்கத்துக்கு ஏதாவது பழமொழி இருக்கா?' என்று அசம்பாவிதமாகக் கேட்டு அவரது பயத்தைப் பீதியாக அதிகரிக்கச் செய்ய, அதுவரை நார்மலாக அழுது கொண்டிருந்தவர், கிச்சா மடியில் முகம் புதைத்து 'க கா கி கீ கொ கோ' என்று 'சிங்காரவேலன்' சினிமாப் படப் பாடலின் முதல் வரியை மட்டும் பாடிக் கதற ஆரம்பித்தார். தொடர்ந்து கிச்சா அவரிடம் 'மாமா, நீங்க சுஜாதாவோட 'சிங்கமய்யங்கார் பேரன்' டிராமா பாத்தேளா? கமலோட 'சிங்காரவேலன்' பாத்தேளா?' என்று சிங்க சம்பந்தமாகப் பேசி அவரைச் சாகடித்தான்!

'லயன் என்க்ளோஷர்' என்று ஆங்கிலத்திலும் கன்னடத்திலும் எழுதப்பட்ட போர்டு தொங்கும் கம்பிவேலியை பஸ் நெருங்கியதும், 'கண்ணாடியைத் தூக்கி விடுங்க' என்று பெல்லியப்பா எச்சரிக்க, ஏதோ ஞாபகத்தில் தேசிகாச் சாரியின் மூக்குக் கண்ணாடியைக் கிச்சா தூக்க, அந்தச் சமயம் பார்த்து பஸ் கவர்ச்சி நடிகை போல குலுங்க, தேசிகாச்சாரியின் சோடா பாட்டில் கண்ணாடி கீழே விழுந்து சுக்குநூறாகி ஃபிரேம் மட்டும் உள்ள காலி சோடாவாகியது. இனிமேல் சிங்கம் என்ன? டயனாஸரஸ் எதிரில் வந்தால்கூட தேசிகாச் சாரியின் கண்களுக்குத் தெரியாது.

பஸ் கம்பிவேலியைத் தாண்டியதும், 'நல்லா பார்த்துக்குங்க, இதான் லயன் ஸாஃபாரி. இங்க மொத்தம் இருபது இருபத்தைந்து சிங்கங்கள் இருக்கு. உத்துப் பாருங்க. எங்கேருந்து எப்ப சிங்கம் வரும்ன்னு சொல்ல முடியாது' என்று பெல்லியப்பா சொல்ல, கண்ணாடி போன அதிர்ச்சியில் காது அடைத்து தாற்காலிகச் செவிடாகிவிட்ட தேசிகாச்சாரி, 'மேற்கொண்டு அந்த மூதேவி என்ன சொல்றான்?' என்று கிச்சாவிடம் கேட்க, பதிலுக்குக் கிச்சா, 'ஒண்ணுமில்லை மாமா. சிங்கம் எங்கே இருக்குன்னு கேட்டோம். நரசிம்மாவதாரம் மாதிரி தூண்லயும் இருக்கும், துரும்புலயும் இருக்கும்ன்னு சொல்றான்' என்று கூறி, அவரது பயத்தைப் பயபக்தியாக மாற்றினான்.

மேடுபள்ளமான அந்தக் காட்டுப் பாதையில் பஸ் ஆடிய டிஸ்கோவினாலும் எச்சுமிப் பாட்டி தந்த பட்சண வகையறாக்களை ஏகமாகக் கொட்டிக் கொண்டதாலும் எடுக்கப் போகும் வாந்திக்குக் கட்டியம் கூறுவது போல கிச்சா அடிவயிற்றிலிருந்து 'உவ்வே' என்று குரல் கொடுக்க, 'என்ன வாந்திச் சத்தம்... கர்ப்பிணி சிங்கமா..?' என்று கண் தெரியாத தேசிகாச்சாரி அப்பாவியாகக் கேட்டார்.

பஸ்ஸை நிறுத்தச் சொல்லி அவசரமாகக் கதவைத் திறந்து கபாலென்று கீழே குதித்த கிச்சா, அங்குள்ள ஒரு புதரின் மீது அந்த லயன் ஸஃபாரியே நடுங்கும் அளவுக்குக் கர்ஜனை செய்து அதிரசம், முறுக்கு, பொரிவிளங்காய் உருண்டை, தேன்குழல் என்று சாப்பிட்ட அதே ஆர்டரில் வாந்தியெடுத்தான்! அப்போது, நயாகரா நீர்வீழ்ச்சிக்கு இணையாக கிச்சா எடுத்த வாந்தியால் அந்தப் புதர் மறைவில் ஓய்வெடுத்துக் கொண்டிருந்த ஒரு சிங்கம் கர்ஜித்தது.

'ஏன் இப்படி என்மீது ஊழலாக்கி விட்டாய்?' என்ற ரீதியில் அந்த ஆசாரமான சிங்கம் அனாசாரமாக உறும, சத்தம் கேட்டுத் திரும்பிப் பார்த்த கிச்சா, 'ஓ, சிங்கம்கறது இதுதானா?' என்ற பாவத்தில் காஷூவலாக பார்த்துவிட்டு உடனே நிலைமையை உணர்ந்து, 'ஐயோ... சிங்கம்...!' என்று அலறிப் புடைத்து பஸ்ஸுக்குத் தாவி ஏறிக் கதவைச் சாத்தினான். துரிதகதியில் தப்பிய கிச்சாவை பெல்லியப்பா உள்பட அனைவரும் பாராட்டிவிட்டு, பஸ்ஸை எடுக்குமாறு கோரஸாக டிரைவரிடம் கூறத் திரும்பியபோது, டிரைவர் ஸீட்டில் ஆஜானுபாகுவாக ஒரு ஆண் சிங்கம் ஸ்டியரிங்கைப் பிடித்தபடி ஸ்டைலாக அமர்ந்திருந்தது!

பஸ்ஸுக்குள் ஓட்டுநர் சிங்கம். பஸ்ஸுக்கு வெளியே கிச்சா எடுத்த வாந்தியால் கலர் மாறிய வெள்ளைச் சிங்கம். எனவே உள்ளே இருக்கவும் முடியாமல், வெளியே குதிக்கவும் முடியாமல் பானர்கெட்டாவில் ரெண்டும் கெட்டாவாக மாட்டிக் கொண்ட கிச்சா அண்ட் கோ, இனி என்ன செய்யலாம் என்று கண் ஜாடையில் கலந்து ஆலோசித்துக் கொண்டிருந்த வேளையில், ஓட்டுநர் சிங்கம் ஆக்ஸிலரேட்டரை அழுத்தி உடனடியாக மறு காலால் பிரேக்கை அடித்தது. பஸ் பத்து அடி தூரத்தை நூறு மைல் வேகத்தில் கடந்து பளிச்சென்று நின்றது. அவர்களது அவஸ்தையைப் பார்த்து, வெளியே இருந்த வெள்ளைச் சிங்கம் நக்கலாகச் சிரித்துவிட்டு விசிலடிப்பது போல லேசாக கர்ஜிக்க, அந்த சிக்னல் கேட்டு இதுவரை மறைந்திருந்த மற்ற இருபது பெரிய அப்பா, அம்மா, சித்தப்பா, சித்தி சிங்கங்களும், ஐந்து கடைச் சிங்கக் குட்டிகளும் ஓடிவந்து பஸ்ஸைச் சூழ்ந்துகொண்டு கும்மியடிக்காத குறையாகச் சுற்றி சுற்றி வந்தன.

என்ன நினைத்ததோ தெரியவில்லை. அந்த ஓட்டுநர் சிங்கம் சீட்டை விட்டு எழுந்து வந்து கதவைத் திறந்து, பயத்தில் பேயறைந்தாற் போல் இருந்த அவர்களைப் பார்த்து ஒரே டியூனில் என்னவோ திரும்பத் திரும்ப சொல்வதுபோல் கர்ஜித்தது. ஓரளவு சிங்க பாஷையை தபால் மூலம் பயின்றிருந்த பெல்லியப்பா எல்லோரையும் பத்து எண்ணுவதற்குள் இறங்குமாறு கேட்டுக் கொண்டான். அனைவரும் இறங்கியதும் ஓட்டுநர் சிங்கம் ஏதோ சிக்னல் காட்டிவிட்டு டிரைவர் ஸீட்டுக்குப் போக, அதுவரை வெளியில் இருந்த மற்ற சிங்கங்கள் பஸ்ஸுக்குள் ஏறி பதவிசாக அமர்ந்தன. குழந்தைச் சிங்கங்கள் ஜன்னலோரத்தில் இடம் பிடித்துக் கொண்டன. கடைசி சிங்கம் கதவை மெய்யாகவே அறைந்து சாத்த, பஸ் மெதுவாக ஓட ஆரம்பித்தது.

வெளியில் படபடக்கும் வெயிலில் நிற்கும் 'கிச்சா அண்ட் கோ'வை பஸ் சுற்றிச் சுற்றி வந்தது. தங்களை அலைய விட்டு லயன் ஸஃபாரி என்று பேர் கொடுத்து வேன் - பஸ்ஸில் இருந்தபடி வேடிக்கை பார்க்கும் மனிதர்களைப்

பழிவாங்குவது போல அவை, அவர்களை அலையவிட்டு வேடிக்கை பார்த்தபடி அந்த லயன் ஸஃபாரியை ஃயூமன் ஸஃபாரியாக்கியது.

இந்த அனிமல் சைக்காலஜியை உடனடியாகப் புரிந்துகொண்ட கிச்சா, ஒரு முடிவுக்கு வந்தவன் போல எச்சுமிப் பாட்டியின் காதில் ஏதோ கிசுகிசுக்க, எச்சுமிப் பாட்டியும் அதை ஆமோதிப்பது போல பதிலுக்கு கிசுகிசுத்து விட்டு கிச்சாவின் நெற்றியில் வீரத்திலகம் இட்டு வழியனுப்பினாள். கிச்சா அஞ்சாத சிங்கம் போலப் பீடுநடை போட்டு பஸ்ஸை அணுகினான்.

கதவைத் திறந்து உள்ளே நுழைந்த கிச்சா தனது ஸீட்டுக்கடியில் இருந்த அலுமினிய சம்புடத்தைத் திறந்து ஒரு விள்ளல் அதிரசம் எடுத்து பஸ்ஸில் உட்கார்ந்திருந்த சிங்கங்களுக்குக் காட்டினான். 'இதில் ஏதோ சதி இருக்கிறது' என்பது போல அவை ஒன்றுக்கொன்று பார்த்தபடி சிங்'கம்'மென்றிருக்க ஐந்து நிமிடத்துக்கு மயான அமைதி நிலவியது. தாய்ப்பால் மட்டும் குடிப்பதால் தற்சமயத்துக்கு சைவமாக இருக்கும் ஒரு தம்மாத்துண்டு சிங்கக்குட்டி, அதிரச மணத்தால் நாக்கில் ஜொள்ளு சொட்ட கிச்சாவை நோக்கி ஓடி வந்தது. கிச்சா தந்த அதிரச விள்ளலை ஒரே லபக்கில் முழுங்கிவிட்டு, தனது குடும்ப சிங்கங்களைப் பார்த்து 'பேஷ் பேஷ் ரொம்ப நன்னாருக்கு...' என்ற பாவனையில் மழலையில் கர்ஜிக்க, இதற்காகவே காத்திருந்தது போல மற்ற சிங்கங்கள் கிச்சாவை சூழ்ந்துகொண்டு அதிரசத்துக் காக தங்களது உள்ளங்கால், கைகளை நீட்டின. கொண்டு வந்த நான்கு சம்புடங்களையும் திறந்து அதிரசம், முறுக்கு, பொரிவிளங்காய் உருண்டை என சிங்கங்களுக்கு விநியோகித்தபடி அவற்றுக்கு நடுவே கிச்சா தொப்பை யோடு கூடிய டார்ஜான் போல நின்றான். திருட்டுத்தனமாக இரண்டாவது முறை முறுக்குக்கு கை நீட்டிய கிழச் சிங்கத்தின் பல்லிலேயே ஒரு போடு போட்டான். எச்சுமிப் பாட்டியின் பொரிவிளங்காய் உருண்டையைக் கடிக்க முயன்றதில் ஒரு சிங்கத்தின் சிங்கப்பல் உடைந்தது.

விருந்தோம்பல் முடிந்த பிறகு கிச்சா அண்ட் கோ பஸ்ஸில் ஏறவும், சிங்கங்கள் கீழே இறங்கிக்கொண்டு, கண்களில் நீர் தளும்ப, லயன்கள் லைனாக நின்று கிச்சாவுக்கு டாட்டா காட்ட, பஸ் பானர்கெட்டாவை விட்டுப் புறப்பட்டது!

பெங்களூரிலிருந்து மறுநாள் சென்னைக்கு வந்த கிச்சாவும் எச்சுமிப் பாட்டியும் வீடு சேரும் வரை ஏதோ கீச்சுமூச்சென்று ஒரு சத்தம் தங்கள் கூடவே தொடர்வது புரியாமல், 'என்னவாக இருக்கும்?' என்று யோசித்தபடி வந்து சேர்ந்தார்கள். அலம்புவதற்காக அலுமினிய சம்புடங்களை கிணற்றடிக்கு கொண்டு போய் கிச்சா திறந்தபோது அதற்குள் இரண்டு சிங்கக் குட்டிகள் கீச்சுமூச்சென்று கத்தியபடி விளையாடிக் கொண்டிருப்பதைப் பார்த்தான். இப்படியாக பானர்கெட்டா பயணக் கதையை கிச்சா கூறி முடிக்கவும், 'சிங்கத்தை வச்சு என்கிட்ட நீ விட்ட ரீலை எம்.ஜி.எம்.கிட்ட சொல்லு. சினிமாவா எடுப்பான்' என்றேன். வெறுப்பாகிப் போன கிச்சா என்னை அவன் வீட்டுக் கூடத்துக்கு இழுத்துப் போய் அங்கு தொங்கும் இரண்டு தூளிகளைப் பிரித்துக் காட்டினான். தூளிக்குள் சிங்கச் சிசுக்கள் தூங்கிக் கொண்டிருந்தன!

மிருகசீர்ஷ நட்சத்திரமும் சிம்மராசியும்கூடிய ஒரு சுபயோக சுபதினத்தில் சாஸ்திரிகளை வரவழைத்து இரண்டு சிங்கக் குட்டிகளுக்கும் புண்ணியாக வாசனம் செய்வித்து, ஆண் குட்டிக்கு நரசிம்மன் அலையஸ் நச்சு என்றும் பெண் குட்டிக்கு நந்தினி அலையஸ் நந்து என்றும் நாமகரணம் செய்வித் ததைப் பெருமையோடு சொல்லிக் கொண்டான் கிச்சா.

எல்லா வகை பிஸ்கெட்டுகளும் கிடைக்கும் டப்பாசெட்டி கடைக்கு கிச்சா சென்று, 'செட்டியாரே, சிங்க பிஸ்கெட் இருக்கா?' என்று கேட்க, தன்னைக் கிச்சா கிண்டல் செய்வதாக நினைத்து அவனை ரோஷமாக செட்டியார் பார்க்க, பதிலுக்கு கிச்சா 'என்ன முறைக்கற? நாய் பிஸ்கெட் இருக்கறச்சே சிங்க பிஸ்கெட் இருக்கக் கூடாதா? சரி விடு. அட்லீஸ்ட் புலி பிஸ் கெட்டாவது இருக்கா? நச்சுவையும் நந்துவையும் அட்ஜஸ்ட் பண்ணிக்கச் சொல்றேன்...' என்று கேட்டு, செட்டியார் கடையை மூடும் அளவுக்கு அவரைக் குழப்பியதை சிங்கப்பல் தெரிய சிரித்துக்கொண்டே சொன்னான்.

தன் வீட்டில் சிங்கம் வளர்ப்பது பற்றி விசாரிக்க திரண்டு வந்த திருவல்லிக் கேணிவாசிகளின் வாயை அடைப்பது போல கிச்சா வீட்டு வாசலில், 'பிவேர் ஆஃப் லயன்ஸ் - சிங்கங்கள் ஜாக்கிரதை' என்ற போர்டைத் தொங்க விட்டிருப் பதைக் காட்டினான்!

நச்சுவுக்கும் நந்துவுக்கும் பருப்பு சாதம், வத்தக்குழம்பு, சுட்ட அப்பளம் என்று தீனி போட்டு எச்சுமிப் பாட்டி சுத்த சைவமாக்கியிருந்தாள். பிரா பந்தம், சகஸ்ரநாமம் படித்துக் காட்டி தினமும் பார்த்தசாரதி கோயிலுக்கு அழைத்துப் போய் கிச்சா அவற்றை சுத்த வைணவமாக்கி விட்டிருந்தான். டம்ளரில் பால் வைத்தால் அதை எச்சில் பண்ணாமல் தூக்கிச் சாப்பிடும் அளவுக்கு நச்சுவும் நந்துவும் ஆசாரத்தில் அழகிய சிங்கங்களுக்கு சமமாகக் காணப்பட்டன.

ஒரு வாரம் கழித்து நச்சுவையும் நந்துவையும் பார்த்துவிட்டு வரலாமென்று கிச்சாவின் வீட்டுக்குப் போன எனக்கு வாசல் ரேழியில் ஒரு பூனைக்கு பயந்து நச்சுவும் நந்துவும் தூணில் ஏற முற்பட்டு முடியாமல் வழுக்கி வழுக்கி கீழே விழுவதைப் பார்த்ததும் மகா வயிற்றெரிச்சலாக இருந்தது. 'பெருமாளில் ஆரம்பித்து புலி, சிங்கம் வரையில் எல்லாமே அது அது இருக்க வேண்டிய இடத்தில் இருந்தால்தான் அழகு' என்பதைக் கிச்சாவுக்கு நயம்பட எடுத்துக் கூறி அவனைச் சம்மதிக்க வைத்து அன்று இரவே நச்சுவையும் நந்துவையும் இரண்டு அலுமினிய சம்புடங்களில் போட்டு எடுத்துக் கொண்டு நானும் கிச்சாவும் மெயில் பிடித்து பெங்களூர் போனோம்!

குழந்தை சிங்கங்களான நச்சு, நந்துவைக் காணாமல் பதறிப்போன அப்பா அம்மா சிங்கங்கள் பானர்கெட்டா போலீஸில் புகார் கொடுத்துவிட்டு கடந்த பத்து நாள்களாக சோறு, தண்ணி பிடிக்காமல் சோர்ந்து போய்ப் படுத்திருப் பதைக் காட்டினான் பெல்லியப்பா. காணாமல் போன குழந்தைகள் கிடைத்துவிட்ட சந்தோஷத்தில் சீனியர் சிங்கங்கள் உணர்ச்சிவசப்பட்டன. 'பிரிந்தவர் கூடினால் கர்ஜிக்கவும் வேண்டுமோ?' ஸ்டைலில் கட்டித் தழுவிக் கொண்டன!

●●●

ஸ்திரீபார்ட் கிச்சா

எச்சுமிப் பாட்டியால் சின்ன வயதில் எடுத்து வளர்க்கப்பட்டு தற்சமயம் கான்பூர் ஐ.ஐ.டி.யில் கூடப் படிக்கும் ஒரு பையனைக் காதலித்தது போக மீதிநேரத்தில் மட்டும் படித்துக் கொண்டிருக்கும் கிச்சாவின் ஒன்றுவிட்ட கஸின் சிஸ்டர் வத்சலா, சென்ற வாரம் விடுமுறைக்காக சென்னை திருவல்லிக்கேணி வந்திருந்தாள். வத்சலாவுக்கு கான்பூரில் ஒரு ரோமியோ இருப்பதை அறியாத எச்சுமிப் பாட்டி, அவளைப் படிக்க வைத்து வளர்த்த சுவாதீனமான தெனாவட்டில் அவளுக்குத் தெரியாமலேயே வரன் பார்க்க ஆரம்பித்து, கடைசியில் அவளிடம் சொல்லாமலேயே அவளைப் பெண் பார்க்கத் தனது இரண்டு விட்ட கஸின் பிரதர் கல்கத்தா கோபாலனையும் அவருடைய சீமந்த புத்திரன் கல்யாணராமனையும் லெட்டர் போட்டுக் கூப்பிட்டும் விட்டாள்.

விவரம் அறிந்த வத்சலா தனது காதலைப் பாட்டியிடம் கூறிவிட்டு, கிடைத்த ரயில் பிடித்து கான்பூருக்குச் சென்றுவிட்டாள். வெள்ளிக்கிழமையன்று பெண் பார்க்க வரப்போகும் கல்கத்தா கோபாலனுக்கு, வத்சலா கான்பூர் ஓடிவிட்ட விஷயம் தெரிந்தால் அவளை வளர்த்து ஆளாக்கிய (பெண்ணாக்கிய) தன்னுடைய இமேஜுக்குப் பங்கம் வரும் என்பதை உணர்ந்த எச்சுமிப் பாட்டி, சோதனையிலிருந்து தன்னைக் காப்பாற்றுமாறு வேண்டிக்கொள்ள பெருமாள் கோயிலுக்குச் சென்றாள்.

கோயில் பிராகாரத்தில் அம்போவென்று பெருமாளுக்கு மட்டும் பாரதம் சொல்லிக் கொண்டிருந்த உபன்யாசகர், அங்கு எச்சுமிப்பாட்டியைப் பார்த்ததும் ஆரண்ய வாசத்தின்போது அர்ச்சுனன் பெண் வேடம் போட்டதைப் புல்லரிக்கக் கூற ஆரம்பித்தார். அப்போது கிச்சாவைப் பார்த்த எச்சுமிப் பாட்டிக்கு, பார்த்தசாரதி பெருமாளே உபன்யாசகர் வேடத்தில் வந்து தனக்கு ஐடியா தருவது போலப் பட்டது!

விளைவு? வெள்ளிக்கிழமை பெண் பார்க்க வரப்போகும் கல்கத்தா கோபாலனுக்கும் அவர் மகன் கல்யாணராமனுக்கும் 'இதோ வத்சலா...' என்று பேரன் கிச்சாவைக் காட்ட பாட்டி முடிவு செய்தாள்.

என்னுடைய நாடகத்தில் பெண் வேடம் போட்டுப் பழகிப் போன என் நண்பன் வெங்கி, புடைவை கட்டும் கலையைக் கற்றுத் தந்து பெண் சாமுத்திரிகா லட்சணத்துக்குத் தேவையான மற்ற போஷாக்குகளை வாங்க வேண்டிய அவசியத்தைக் கூறி, அளவுக்காகக் கிச்சாவை அழைத்துக்கொண்டு பாண்டிபஜாரில் கடை கடையாக ஏறி இறங்கினான்.

கைக்கு வளையல், காலுக்குக் கொலுசு, காதுக்கு ஜிமிக்கி என்று வாங்கியதில் ஓரளவு பெண் வேடத்துக்குத் தயாராகி செட்டில் ஆகிவிட்ட கிச்சா, ரவிக்கையை அளவெடுக்கும்போது 'முடிஞ்சா கையோட கையா ரவிக்கையை லோ-கட் டைப்புல தைச்சுடு...' என்று நக்கலாகக் கூறினான்.

அடுத்து, கூந்தலுக்காக எந்த டைப் விக் வைத்தாலும் கிச்சா இன்னும் மோச மான ஆம்பளையாக மாறுவதைப் பார்த்துவிட்டு, இறுதியில் கிச்சா தலையில் கா்னாடகமான 'ஒற்றைப் பின்னல் சவுரி விக்கை வைக்க, அதில் கிச்சா ஓரளவு 'பப்ளிக் லேடீஸ் பாத்ரூம்' வாசலில் வரையப்பட்ட பெண்ணின் ஜாடையில் இருக்க, அந்த விக்கையே முடிவு செய்தோம்.

விடிந்தால் பெண் பார்க்கும் படலம். தூங்கினால் எங்கே வெங்கி செய்துவிட்ட அலங்காரம் கலைந்து விடுமோ என்ற அச்சத்தில் கிச்சா கண்விழித்தபடி விடிய விடிய கண்ணாடிக்கு எதிரில் கன்னி கழியாமல் அமர்ந்திருந்தான். அழகுக்கு மேலும் அழகூட்டுவதாகக் கூறிவிட்டு, எச்சுமிப் பாட்டி அவனுடைய கை, கால்களில் எல்லாம் மருதாணியை அப்பிவிட, ஒரு இஞ்ச்கூட நகர முடியாமல் தூக்கிய மருதாணிக் கையோடு ஆடாமல் அசையாமல் நின்ற கிச்சா, காண்பதற்குக் கண்ணகி சிலை போலக் காட்சியளித்தான். நகர்ந்தால் மேக்கப் நாசமாகிவிடும் என்பதால், எதிரே டம்ளரில் எச்சுமிப் பாட்டி வைத்த காபி, நீராகாரம் போன்றவற்றை, நின்றபடி ராட்சத சைஸ் ஸ்டிரா வைத்து உறிஞ்சிக் குடித்த கிச்சா அன்று முழுக்க லிக்விட் டயட்டில் இருக்க வேண்டியதாயிற்று!

வெள்ளிக்கிழமை காலை. சொன்னபடி கல்கத்தா கோபாலனும் அவர் மகன் கல்யாணராமனும் வத்சலாவைப் பெண் பார்க்க வந்தார்கள். மேக்கப் கலைந்தால் 'டச்-அப்' செய்துவிட ஓர் அறையில் மறைவாக மேக்கப்மேன் எத்திராஜு்ம் கிச்சாவின் புடைவை மானம் காக்க மற்றொரு அறையில் வெங்கியும் நானும் ஒளிந்துகொண்டிருக்க, 'வத்சலா, வாம்மா...' என்ற எச்சுமிப் பாட்டியின் குரல் கூடத்திலிருந்து பிசிறு தட்ட வந்தது.

தனது அறையிலிருந்து பயத்தில் தடுமாறியபடி தாற்காலிக வத்சலா வேடத்தில் கிச்சா வெளியே வர முயன்ற சமயம், தடாலென்று கோபாலன் எழுந்து 'வலது காலை எடுத்து வெச்சு வாம்மா...' என்று உரத்தக் குரலில் கூவ, எது வலது, எது இடது என்று புரியாமல் குழம்பிப் போன கிச்சா, ஒரே சமயத்தில் இரண்டு காலையும் எடுத்து வைக்க முயற்சி செய்ய, வாசல்படி தடுக்கி கல்கத்தா கோபாலன் காலில் சாஷ்டாங்கமாக விழுந்தான்!

'வத்சலா நமஸ்காரம் பண்றா, ஆசீர்வாதம் பண்ணுங்கோ' என்று எச்சுமிப் பாட்டி சமாளிக்க, கோபாலனும் 'சீக்கிரமே விவாக ப்ராப்திரஸ்து...' என்று

அசுரக் குரலில், திருவல்லிக்கேணியில் உள்ள அத்தனை கன்னிப் பெண்களுக்கும் சேர்த்து ஆசீர்வதித்தார். பிறகு, 'எழுந்திரும்மா' என்று ஏழெட்டு முறை கெஞ்சியும் கீழே விழுந்த வேகத்தில் கட்டிய புடைவை அவிழ்ந்து போனதால், கிச்சா எழுந்திருக்காமல் அழிச்சாட்டியமாக அதே போஸில் படுத்துக் கிடந்தான். நிலைமையை உணர்ந்த எச்சுமிப் பாட்டி, குப்புறப்படுத்துக் கிடக்கும் கிச்சாவை மறைத்தபடி கோபாலனோடு பேச்சுக் கொடுத்தாள். கிடைத்த அந்த இரண்டு நிமிடத்தில் கிச்சா படுத்தவாக்கிலேயே 'கோவிந்தோ' போட்டபடி வாயுவேகம் மனோவேகத்தில் புரண்டுபோய்த் தன் அறையை அடைந்தான். இந்தக் குழப்பத்தில், கோபாலன் காலடியில் சுழன்று விழுந்துவிட்ட கிச்சாவின் கூந்தல் விக்கை அவர் பார்ப்பதற்குள் அறைக்குள் தள்ளி விட எச்சுமிப் பாட்டி, அதைக் காலால் நெம்பி எறிய, அது குறி தவறி, பேப்பர் படித்துக் கொண்டிருந்த மாப்பிள்ளை பையன் கல்யாணராமன் மடியில் போய்த் தொப்பென்று விழுந்தது! என்னமோ ஏதோ என்று பயத்தில் அலறியபடி கல்யாணராமன் நாற்காலி மீது அவசரமாக ஏறி நிற்க, எச்சுமிப் பாட்டி ஒரே பாய்ச்சலில் அவனை நெருங்கி அருகில் இருந்த விக்கை எடுத்து மால்கம் மார்ஷல், பேட்ரிக் பேட்டர்ஸன் வேகத்தில் கிச்சா அறைக்குள் பௌல் செய்தாள். 'கறுப்பாகப் பறந்து வந்தது என்ன?' என்று கோரஸாகவும் நெர்வஸாகவும் கேட்ட அப்பா, பிள்ளையிடம், 'பயப்படா தீங்கோ... எங்க வீட்டுல ரொம்ப நாளா இருக்கிற கொஞ்சம் பெரிய சைஸ் வாழும் வெளவால்...' என்று கூறிச் சமாளித்தாள் எச்சுமிப் பாட்டி!

'நாங்க பொண்ணு முகத்தைச் சரியாப் பாக்கலை. மறுபடி வரச் சொல்லுங்கோ...' என்று கோபாலன் சொல்ல, பாட்டி 'வத்சலா!' என்று கூப்பிட, அவசரம் அவசரமாக கிச்சா மீண்டும் வத்சலாவாக வெளியே வந்தான்(ள்)! கூப்பிட்ட அவசரத்தில் விக்கைத் தலையில் சரியாக வைக்காமல் எதிர்மாறாக எத்திராஜ் மாற்றி வைத்துவிட, பின்னால் தொங்க வேண்டிய ஒத்தைப் பின்னல் ஜடை, நெற்றியிலிருந்து புறப்பட்டு வயிறு வரை முன்னால் தொங்குவதைப் பார்த்தவுடன் அவசரமாக அறைக்குள் ஓடி விக்கைச் சரிசெய்து கொண்டு வெளியே வந்தான்!

'பொண்ணு பாக்க நன்னாவே இல்லே. ஆம்பளைக்குப் பொம்பளை வேஷம் போட்டா மாதிரி இருக்கு...' என்று சொல்லிவிட்டு கோபாலன் எழுந்து போய்விடுவார் என்று எதிர்பார்த்த எச்சுமிப் பாட்டியின் நினைப்புக்கு மாறாக, 'வத்சலாவைச் சின்ன வயசுல பார்த்தது. பிரமாதமா வளர்ந் துட்டாளே. எனக்கு வத்சலாவை (கிச்சாவை!) ரொம்பப் பிடிச்சுடுத்து. கல்யாணத்தை எப்ப வெச்சுக்கலாம்? வரதட்சணை, சீர்செனத்தினு ஒரு பைசா வேண்டாம். மகாலட்சுமி இவ, என் வீட்டுக்கு மாட்டுப் பொண்ணா வந்தா போதும்...' என்று கூறிவிட்டு, கிச்சாவின் கன்னத்தைச் செல்லமாகக் கிள்ளி, அதனால் கையில் ஒட்டிய மேக்கப் பிசுபிசுப்பை வேட்டியில் துடைத்துக் கொண்டார் கோபாலன்.

இந்தப் பெண் பார்க்கும் (ஸாரி... பிள்ளை பார்க்கும்) படலம் கல்யாணம் வரை போகும் என்று எச்சுமிப் பாட்டி எதிர்பார்க்கவில்லை. பயம் அடிவயிறைப்

புரட்ட, இதை எப்படித் தடுப்பது என்று யோசித்துக் கொண்டிருக்கும்போது கல்யாணராமன் எழுந்து, 'அப்பா, ஒரு நிமிஷம். பொண்ணோட நான் கொஞ்சம் தனியா பேசணும்...' என்று கூறிவிட்டு, பெண் வேஷத்தில் இருந்த கிச்சாவை அழைத்துக்கொண்டு பக்கத்து ரூமுக்குள் சென்றான்.

'தான் வத்சலா இல்லை. கிச்சாதான்' என்று கல்யாணராமன் கண்டுபிடித்து விட்டானோ என்ற பயத்தில் உறைந்து போயிருந்த கிச்சாவைப் பார்த்து, 'தோ பாருப்மா. நான் உன்னைக் கல்யாணம் பண்ணிக்க முடியாது. காரணம், நான் இன்னொரு பொண்ணுக்கு ஏற்கெனவே வாக்குக் கொடுத்துட்டேன்...' என்று கூறிவிட்டு நிறுத்த, அந்த இடைவேளையில் கிச்சா 'தப்பித்தோம்' என்ற நிம்மதிப் பெருமூச்சை விட்டான். பிறகு தொடர்ந்த கல்யாணராமன், 'என்கூட கான்பூர்ல படிக்கிற பொண்ணை நான் உயிருக்கு உயிரா லவ் பண்றேன். அவ பேரும் வத்சலாதான். தயவுசெஞ்சு உனக்கு என்னைப் பிடிக்கலேன்னு நீ எங்க அப்பாகிட்டே சொல்லிடு. ப்ளீஸ்... ஒரு காதலை வாழவெச்ச புண்ணியம் உனக்கு. வேற நல்ல இடத்துல உனக்குக் கல்யாணமாகும்' என்று காலில் விழாத குறையாகக் கிச்சாவிடம் கெஞ்சினான்.

முழு சஸ்பென்ஸையும் தெரிந்து கொள்ளும் ஆர்வத்தில் கிச்சா அவனிடம், 'நீங்க படிக்கிறது கான்பூர் ஐ.ஐ.டி.யிலயா?' என்று தனது சுபாவமான கரகரத்த குரலில் கேட்க, கல்யாணராமன் 'ஆம்' என்று தலையாட்டிவிட்டுக் கிச்சாவைப் பார்த்து, 'எரித்ரோமைஸின் ஒரு கோர்ஸ் சாப்பிடு. தொண்டைக்கட்டு சரியாப் போயிடும். சிவியர் இன்ஃபெக்ஷன். அதான் குரல் ஆம்பளைக் குரலாட்டம் இருக்கு...' என்று கூறிவிட்டு ஹாலுக்குச் சென்றான்.

பாட்டியை உள்ளே கூப்பிட்டு நடந்ததைக் கிச்சா கூறி தன் பெண் வேடத்தைக் கலைக்க, ஏக குஷியான எச்சுமிப் பாட்டி வெளியே வந்து கல்கத்தா கோபாலனிடம், 'கோபாலா... கல்யாணத் தேதியை ஃபிக்ஸ் பண்ணிடு. எம் பேத்தி வத்சலாவுக்கு உம்புள்ளையை ரொம்பப் பிடிச்சுப் போயிடுத்து' என்று கூற, 'நோ... இந்த வத்சலாவை எனக்குப் புடிக்கலை' என்று கல் யாணராமன் வெகுண்டு எழுந்தான்!

அப்போது கிச்சா மீண்டும் மிஸ்டர் கிச்சாவாக வெளியே வந்தான். அப்பவும்கூட கிச்சாவை வத்சலா என்றே நம்பிய கோபாலன், 'அப்ப உங்க பேத்தி தலையில இருந்தது சவுரி... தலையை கிராப் பண்ணிண்டு பாண்ட்-ஷர்ட் போட்டுண்டு இப்படித் தலைகீழா நிக்கற உங்க பேத்தியை எம் பையன் தலையில கட்டப் பாக்கறேளா? அதான் நடக்காது. டேய் கல்யாணராமா, கிளம்புடா...' என்று கோபமாகக் கர்ஜித்தார்.

அப்பனுக்கும் பிள்ளைக்கும் ஆதியிலிருந்து நடந்த கதையைக் கூறி, 'வத்சலா கல்யாண'த்தை நடத்தி வைப்பதற்குள் எச்சுமிப் பாட்டிக்குப் போதும் போதும் என்றாகிவிட்டது!

●●●